AF439300

OM NAMA SIVAYA

ഹിന്ദു സംസ്കാരത്തിന്റെ ചരിത്രം

BY.ആർ.കെ

ആമുഖം

ലോകത്തിൽ അനവധി ആളുകൾ തങ്ങളുടെ ജീവിതം ചിട്ടപ്പെടുത്തുന്നത് ഹിന്ദു സംസ്കാരത്തിന്റെ അടിസ്ഥാന തത്വങ്ങളെ മുൻനിർത്തിയാണ്.ഈ പ്രപഞ്ചം നിലനിൽക്കുന്നത് ഒരു സന്തുലനത്തിന്റെ അടിസ്ഥാനത്തിലാണ് ഈ സന്തുലനം ഓരോ പ്രവർത്തികളിലും നിലനിൽക്കുന്നു ഉദാഹരണം നമ്മൾ കഴിക്കുന്ന ഭക്ഷണം നമ്മുടെ ശരീരത്തിൽ നമ്മുടെ ജീവൻ നിലനിർത്തുന്നു എന്നാൽ ഈ ഭൂമിയിൽ വിഷമുള്ള വസ്തുക്കൾ അനവധിയുണ്ട് എന്നാൽ നമ്മുടെ ശരീരത്തിന് ഇണങ്ങുന്നവ നമ്മൾ കണ്ടെത്തിയത് എത്ര പരിഷണങ്ങളില്ലൂടെ ആണ്.കൃത്യമായിട്ടുള്ളത് കണ്ടെത്തിയ അന്നുമുതൽ മനുഷ്യൻ ഈ സന്തുലനത്തിൽ ലയിച്ച് ജീവിക്കുവാൻ തുടങ്ങി.ഈ സന്തുലനം എല്ലാതലങ്ങളിലും നിലനിൽക്കുന്നു.മനുഷ്യൻ ജീവിതകാലം മുഴുവനം ആർജിക്കുന്ന അറിവുകളുടെ ആകെത്തുകയാണ് മനസ്.ഈ മനസ് പലതരം ചിന്തകളില്ലൂടെ വേഗത്തിൽ ഓടിക്കൊണ്ടിരിക്കുന്ന പ്രാർത്ഥനയിലൂടെ ഈ വേഗത കുറച്ച് മനസിനെ ശാന്തമാക്കുക എന്നതാണ് ഇതിന്റെ അടിസ്ഥാനം.മനസ് ശാന്തമായി നിർത്തി ഈ സമയത്തിൽ ശ്രദ്ധയോടെ ജീവിക്കുമ്പോൾ നമ്മൾ അറിയാതെ നമ്മൾ ഈ സന്തുലനത്തിൽ ലയിക്കുന്നു.ജീവിതം എപ്പോളും പ്രശ്നങ്ങൾ നിറഞ്ഞവയാണ് ഈ പ്രശ്നങ്ങളെ തീർക്കുന്നത് വരെ മനസ് പലതരം ചിന്തകളില്ലൂടെ ഓടിക്കൊണ്ടിരിക്കുന്ന എന്നാൽ ഈ ചിന്തകളില്ലൂടെ നമ്മൾ പ്രശ്നപരിഹാരം കണ്ടെത്തുന്ന എന്നാണ് എല്ലാവരും കരുതുന്നത് എന്നാൽ എല്ലാ പ്രശ്നങ്ങളും ചിന്തിക്കുന്ന സമയം ശരീരത്തിൽ പലതരം ഇമോഷൻസ്

മാറി മാറി വരുന്നു.ഇമോഷനകളുടെ മാറ്റം നമ്മുടെ ശരീരത്തെ വിഷയുല്യമാക്കുന്നു.പ്രിശ്ശങ്ങളെല്ലാം നേരിട്ടന്നതിലൂടെ കുറഞ്ഞുവരും കാരണം നമ്മളെ സന്തോഷത്തോടെ നിർത്തുവാനുള്ള കഴിവ് നമ്മുടെ ഉള്ളിൽ തന്നെ ഉണ്ട് പ്രിശ്ശങ്ങളെ നേരിട്ടമ്പോൾ ഈ കഴിവുകൾ സ്വയം തിരിച്ചറിയും.എല്ലാ പ്രിശ്ശങ്ങളും നമ്മളിൽ നിന്നും അകറ്റിനിർത്തുവാൻ കഴിയുകയില്ല എന്നാൽ ചിന്തകളിൽ നിന്നും അകറ്റി മനസ്സിൽ സന്തോഷം തരുന്ന ചിന്തകൾ വർധിപ്പിക്കുക.മനസിനെ നിയന്ത്രിക്കുക എന്നത് വളരെ പരിശ്രമമുള്ള കാര്യമാണ് എന്നാൽ ആദ്യം അറിവില്ലൂടെ എന്താണ് നമ്മുടെ ഉള്ളിൽ ഉണ്ടാകുന്നത് എന്നുള്ള അറിവുണ്ടാകണം ഈ അറിവില്ലൂടെ ധർമത്തോടെ ജീവിക്കുകയും നമ്മുടെ ബ്രെയിനിൽ നല്ല ഓർമ്മകൾ വർധിപ്പിക്കുകയും ചെയ്യണം അപ്പോൾ എല്ലാം സന്തുലനത്തിൽ നിർത്തുവാൻ സാധിക്കുന്നു .

സംസ്കാരം

സംസ്കാരം,പരിണാമം എന്നൊക്കെ കേൾക്കുമ്പോൾ എന്തോ നമ്മളുമായി ഒട്ടും ബന്ധമില്ലാത്ത കാര്യം പോലെ തോന്നാം.എന്നാൽ ഇവ രണ്ടുമാണ് മനുഷ്യനെ ഇന്നുകാണുന്ന രൂപത്തിലേക്കും ഇപ്പോളത്തെ മനോനിലയിലേക്കും എത്തിച്ചത്.സംസ്കാരം എന്നത് മനുഷ്യൻ എങ്ങനെ ഒക്കെ ജീവിക്കണം എന്നതിന്റെ മൊത്തത്തില്ലള്ള ഒരു പ്ലാൻ എന്നുവേണെൽ പറയാം.കാരണം കെമിക്കൽ കൊണ്ടുണ്ടായ ശരീരം നശിക്കാതെ നോക്കുന്നതിൽ തന്നെ നല്ലതുപോലെ ശ്രദ്ധിക്കുവാനുണ്ട് അതുപോലെ ശരീരത്തിന് ആവശ്യമായ എനർജി നില നിർത്തുവാൻ ആവശ്യമായ ഭക്ഷണവും ,ശരീരത്തിൽ നിലനിൽക്കുന്ന ഇമോഷൻസിന്റെ

ബാലൻസിങ് എന്നിങ്ങനെ ശരീരവും പ്രകൃതിയും എല്ലാം ഒരുക്കണക്കിൽ ഇണങ്ങി ജീവിക്കുന്നതിനുള്ള മാർഗമാണ് സനാതനധർമ അഥവാ നമ്മുടെ സംസ്ക്കാരം. നമ്മൾ എന്നാൽ എല്ലാ ജീവജാലങ്ങളും, നമ്മളിലും സയൻസിലൂടെ ഉണ്ടാകുന്ന രാസമാറ്റങ്ങൾ എല്ലാം സനാതനധർമ്മയിൽ ഉൾക്കൊണ്ടിരിക്കുന്നു. സിമ്പിളായി പറഞ്ഞാൽ ശരീരത്തിലുള്ള ഇമോഷൻ ബാലൻസ് ചെയ്യുക. എപ്പോളും എന്നും നിലനിൽക്കുന്നത് ബാലൻസിലുള്ളവയാണ് . നമ്മളെന്ന യന്ത്രത്തെ നിയന്ത്രിച്ചാണ് നമ്മൾ എന്ന അറിവ് ജീവിക്കുന്നത്. ഈ അറിവിനെ ശരീരം നിയന്ത്രിക്കമ്പോൾ നമ്മൾ ഏതേലും ഇമോഷനുകളിൽ പെട്ടുപോകുന്നു. ഇത് എങ്ങനെ മനസിലാക്കാം . നമുക്ക് ഒരു ചിന്തകളും ഇല്ലാതെ ഇരിക്കുവാൻ കഴിയുമോ. ഇതിനെ കുറിച്ച് ഒന്ന് ചിന്തിച്ചനോക്കികെ . അപ്പോൾ മനസിലാകും ചിന്തകളുടെ ഒരു ഓട്ടമാണ് നമ്മുടെ ലൈഫ് എന്നത്. ഈ ചിന്തകളെ നിയന്ത്രിക്കുവാൻ മാത്രമാണ് നമ്മൾ എന്ന മനുഷ്യന് അകെ കഴിയുന്നത്. എന്നാൽ അതും നമുക്ക് കഴിയുന്നില്ല. സംസ്ക്കാരം ഈ ചിന്തകളെ നിയന്ത്രിച്ച് മനുഷ്യനെന്നതിൽ നിലനിർത്തുന്നു. കാരണം മനുഷ്യൻ എന്നാൽ രണ്ടു ഗുണങ്ങളെയും സന്തുലനത്തിൽ ആക്കാൻ കഴിയുന്നവൻ. നമ്മളിൽ നല്ല ഗുണവും, ചിത്തഗുണങ്ങളും നിലനിൽക്കുന്നു ഇവയെ മനുഷ്യഗുണം അഥവാ സന്തുലനം ആയുള്ള മനോനിലയിൽ നിൽക്കുന്നവർ എല്ലാം ശിവനായി സംസ്ക്കാരം കാണിക്കുന്നു. എല്ലാ ജീവജാലങ്ങളും ശിവനായി നിൽക്കുന്നതാണ് പ്രകൃതിക്ക് അവശ്യം എന്നുവെച്ചാൽ എലാം സന്തുലിതമായ അവസ്ഥ. മനുഷ്യനാകെ ചെയ്യാനുള്ള കാര്യം ഇമോഷനുകളെ ബാലൻസാക്കിനിർത്തുക എന്നതാണ് എന്നാൽ അത് ചെറിയ കാര്യം അല്ല. അതിനു വേണ്ടി ശ്രമിക്കുമ്പോൾ മനസ് കൂടുതൽ ചഞ്ചലമാകുന്നു. മനസിനെ കുരങ്ങാനായി കാണിക്കുന്ന കാരണം തോന്നുന്നതുപോലെ ഒകെ ചെയാൻ

പറയും എന്നാൽ നമുക്ക് എന്ത് അവശ്യം എന്നുള്ളത് നമുക്ക് മനസിലാക്കാൻ കഴിയണം.

ഈ പുസ്തകം വായിക്കുന്നതിന മുൻപ് അറിയേണ്ടവ

എല്ലാ താരകർക്കും മനസിലാക്കുവാൻ വേണ്ടി ഇതിലെ സാരാംശം നഷ്ടമാകാത്തവിധത്തിൽ ഏറ്റവും ലളിതമായ ഭാഷയിൽ അവതരിപ്പിക്കുന്നു. ഹിന്ദു സംസ്കാരത്തെ പല കഥകളിലൂടെയും, പല ഗ്രന്ഥങ്ങളിലൂടെയും നമ്മുടെ പൂർവികർ അവതരിപ്പിച്ചിരിക്കുന്നത് ഇതിലെ യഥാർത്ഥമായ അറിവ് എല്ലാവരിലും എത്തുന്നതിന വേണ്ടിയാണ്. എന്നാൽ ഇന്നുള്ളവർ ഈ കഥയെ മാത്രം ഉൾക്കൊള്ളുകയും ഇതിനുള്ളിൽ നിലനിൽക്കുന്ന സത്യത്തെ അറിയുവാൻ ശ്രമിക്കാതെയും വന്നിരിക്കുന്നു. എന്നാൽ യഥാർത്ഥമായ ശാസ്ത്രം ഇതിൽ വിവരിക്കുന്നു. എല്ലാ മനുഷ്യനും അറിഞ്ഞിരിക്കേണ്ട അറിവുകൾ നൽകുവാൻ ഇന്നാരും ശ്രമിക്കാറില്ല കാരണം എല്ലാ മനുഷ്യരും അറിവിനെ കണ്ടെത്താൻ ശ്രമിക്കുകയാണ് എന്നാൽ നമ്മുടെ പൂർവികർ ഏറ്റവും ലളിതമായ ഭാഷയിൽ ആദിയും അന്തവും ശിവനാണെന്ന് പറഞ്ഞുതന്നിരിക്കുന്നു. ഇത് ദൈവികത മാത്രമല്ല എല്ലാ ശാസ്ത്രവും ഇതിൽ ഉൾക്കൊള്ളുന്നു. നമ്മൾ നേടുന്ന അറിവുകൾ നമ്മളിലെ മനുഷ്യനെ ദൈവവും, അസുരനും ആക്കുന്നത്. അറിവുകൾ ശീലിക്കുമ്പോൾ സ്വഭാവമാകുന്ന ഈ സ്വഭാവം നമ്മളെ നയിക്കുന്നു. നമ്മൾ തന്നെയാണ് നമ്മുടെ സന്തോഷത്തിന്റെയും , സങ്കടത്തിന്റെയും താക്കോൽ .

Content.

- ☐ വിശ്വാസം
- ☐ ഹിന്ദു സംസ്കാരത്തിന്റ ചരിത്രം
- ☐ അമ്പലം
- ☐ പ്രേരണ
- ☐ സംസ്കാരം
- ☐ സ്ത്രീയിലും,പുരുഷനിലും സന്തുലനം ബാധകമാണ്
- ☐ ഈ ലോകത്ത് നിത്യമായ ശത്രുവോ ,മിത്രമോ ഇല്ല
- ☐ കഷ്ടപാട്
- ☐ ബ്രെയിൻ
- ☐ ദേഷ്യം
- ☐ ഇന്റർനെറ്റ്
- ☐ കെമിക്കൽ മിക്സിങ്

- ☐ ടാക്സീനോ ദ റിയൽ   ഹീറോ

ഭാരത സംസ്ക്കാരത്തിന്റെ ചരിത്രം

ഇന്ത്യ എന്നത് ഒരു രാജ്യത്തിന്റെ പേര് മാത്രമല്ല അനവധി സംസ്കാരങ്ങളിൽ വിശ്വസിക്കുന്നവർ ഒന്നായി ജീവിക്കുന്ന ഒരു ഇടംകൂടിയാണ്. ഇവിടെ എല്ലാ സംസ്കാരങ്ങളിലുള്ളവർക്കും തുല്യപ്രധാന്യമാണ് എല്ലാ സംസ്കരത്തിൽ ഉള്ളവരും ഒരു അമ്മയുടെ മക്കളായി ഇവിടെ ജിവിച്ചപോരുന്നു. ഇവിടെ മതങ്ങൾക്കല്ല മനുഷ്യനാണ് കൂടുതൽ പ്രാധാന്യം നൽകുന്നത്. എല്ലാവർക്കും നിയമങ്ങൾ ഒരുപോലെയാണ് ഇവിടെ എല്ലാവരും സഹോദരി സഹോദരൻ മാരായി ജീവിക്കുന്നു.

എല്ലാവരും തുല്യരാണ്

ഈ ഭൂമിയിൽ ജീവിക്കുന്ന എല്ലാ ജീവജാലങ്ങളും തുല്യരാണ് കാരണം എല്ലാവരിലും നിലനിൽക്കുന്ന ജീവൻ എന്നത് ഒന്നാണ് എന്നാൽ ശരീരം വ്യത്യസ്തമാണ് കാരണം ഓരോ ജീവനുണ്ടാകാനുള്ള സാഹചര്യം വ്യത്യസ്തമാണ്. ഭാരത സംസ്കാരം എല്ലാമനുഷ്യരെയും ദൈവമായി കാണുന്നു. ദൈവം എന്നത് കഴിവിനും അപ്പുറമായി ചിന്തിക്കുന്ന ഒരു വിഭാഗം ജനങ്ങളെ മാറ്റിച്ചിന്തിപ്പിച്ച ഭാരതസംസ്കാരം എല്ലാവരിലും യഥാർത്ഥമായ ശാസ്ത്രവിശധികാരണത്തിലൂടെ വിശധികരിച്ച് എല്ലാവരുടെയും മനസ്സിൽ ഇടം പിടിച്ചതാണ്. എല്ലാവരെയും സമമായി കാണുവാൻ എല്ലാവരെയും മനസിലാക്കുവാനും ഈ സംസ്കാരം നമ്മളെ പഠിപ്പിക്കുന്നു. ഇന്ത്യ എന്നത് പലതരത്തിലുള്ള വിശ്വാസികൾ സഹോദരൻ മാരായി ജീവിക്കുന്ന ഒരു പുണ്യഭമിയാണ്. എല്ലാത്തിനെയും രണ്ടുകൈയും നീട്ടി സ്വികരിക്കുന്ന ഇന്ത്യയുടെ സംസ്കാരരുപികരണം വളരെ ചിട്ടയോടെ ഉണ്ടായിട്ടുള്ളവയാണ്. ഈ സംസ്കാരം ഒരു മതത്തിന്റെയും അടിസ്ഥാനത്തിൽ രൂപം കൊണ്ടെടുക്കുന്നവയല്ല മനുഷ്യൻ

ഈ പ്രകൃതിയുമായി എങ്ങനെ ഇണങ്ങി ജീവിക്കണം എന്നുള്ള ഒരു രൂപരേഖയാണ്.

ഹിന്ദു സംസ്കാരം

ഹിന്ദു സംസ്കാരം എന്നത് യഥാർത്ഥ ദൈവത്തിലേക്കുള്ള അനേകം വഴികളിൽ ഒരു വഴിമാത്രമാണ്. എന്നാൽ അറിയുതോറും സ്വയം ദൈവമാകുന്ന കണക്കും ഇതിൽ ഒളിപ്പിച്ചിരിക്കുന്നു.

സനാതനധർമ്മ എന്നത് ജീവിത മാർഗമാണ്.

ഈ പ്രപഞ്ചം എങ്ങനെ നിലനിൽക്കുന്നു , നാം എന്നത് ആരാണ് , ദൈവം എന്നത് ആരാണ് , ദൈവം ഇനി ഉണ്ടോ ? ഭക്തി മനുഷ്യന് ആവശ്യമാണോ ? എന്നിങ്ങനെ നിരവധി ചിന്തകളുടെ എല്ലാം ഉത്തരമാണ് ഹിന്ദു സംസ്കാരം. പേരിൽ ഒരു കാര്യവും ഇല്ല ഇതിനുള്ളിൽ എല്ലാം അടങ്ങുന്നു.

യഥാർത്ഥമായ എല്ലാ അറിവുകളും നേടാൻ മനുഷ്യൻ ഇന്ന് സജ്ജമായി.

ഹിന്ദു സംസ്കാരത്തിൽ ദൈവം എവിടെയാന്നുള്ള ചോദ്യത്തിന് ഉള്ള ഉത്തരം ഒരു മനുഷ്യൻ അവനാരെന്നുള്ള ചോദ്യത്തിനുള്ള ഉത്തരവും ഒന്നാണ്. ഒരു മനുഷ്യൻ അവനാരെന്നുള്ള ചോദ്യത്തിന് ഉത്തരം കണ്ടെത്തിയാൽ അവന് സ്വയം മനസിലാകും ദൈവം എന്നത് എല്ലാത്തിലും ഒരുപോലുള്ള ഞാൻ തന്നെയാണെന്ന് മനസിലാകും. ഹിന്ദു സംസ്കാരത്തിൽ എല്ലാം മനസിലാകുന്നതിനുവേണ്ടി പലതരം കഥകൾ പറഞ്ഞുതന്നിട്ടുണ്ട് എന്നാൽ ഇതിലൂടെ ഇതിലെ യഥാർത്ഥമായ സയൻസും തലമുറകളിലൂടെ കൈമാറുന്നുണ്ട്.

ഹിന്ദു സംസ്കാരം ആരംഭിക്കുന്നത് ശിവനിൽ നിന്നും ആണ്. എന്നാൽ ശിവൻ എന്നത് എല്ലാത്തിലും ഒരുപോലെ

നിലകൊള്ളുന്ന പുരുഷഗുണമാണ്.പ്രപഞ്ച സൃഷ്ടിയുടെ
ആരംഭം ശിവതനിമയിൽ നിന്നും ആയിരുന്നു.ഈ പ്രപഞ്ചം
മുഴുവനും ഉളിലാക്കി നിലകൊള്ളുന്ന ഒരു
സ്വരൂപം.ശിവതനിമയിൽ നിന്നും പ്രേരണയാൽ ശക്തി
അഥവാ ദേവി ഉണ്ടാകുകയും ദേവി എന്നത്
ശിവതനിമകളിൽ എല്ലാ സ്വാതന്ത്ര്യത്തോടെയും
നിലകൊള്ളുകയും ശിവനെ ഉൾക്കൊണ്ടുകൊണ്ട് എന്നാൽ
വ്യത്യസ്തമായ ഗുണത്തോടെ നിലകൊള്ളുകയും ഈ
ദേവിയിൽ നിന്നും ആണ് പിന്നീട്ടുള്ള എല്ലാം
നിർമ്മിക്കപ്പെട്ടത്.ഈ പ്രകൃതി നിലനിൽക്കുന്നത് പല
കണക്കുകളുടെ അടിസ്ഥാനത്തിലാണ്.ഈ കണക്കുകൾ
അനുസരിച്ചമാത്രമാണ് എല്ലാം
നിലനിൽക്കുന്നത്.ദേവിയിൽ നിന്നും സൃഷ്ടിയുടെ
കണക്കുകൾക്കനുസരിച്ച് ശിവൻ ,വിഷ്ണു ,ബ്രെഹ്മാവ്
എന്നിങ്ങനെ മൂന്നുഗുണങ്ങൾ ഉണ്ടാകുകയും.ശിവൻ എന്നത്
എല്ലാ തനിമയും ഉൾക്കൊണ്ടിരിക്കുന്ന മഹാദേവനാണ്
എന്നാൽ ദേവിയിലൂടെയാണ് ഒരു രൂപത്തിലേക്ക് ഭഗവൻ
എത്തിയത് അതിനൽ തന്നെ പ്രപഞ്ചത്തില്യുള്ള എല്ലാ
കണക്കുകളും മഹാദേവനും ബാധകമാണ്. എന്നാൽ എല്ലാം
ആരംഭിച്ചതും എല്ലാം നിലനിൽക്കുന്നതും ശിവനിൽ
ആണ്.ശിവൻ എന്നത് പ്രകൃതിയുടെ കണക്കിന്റെ സന്തുലനം
കൂടിയാണ്.

ഒന്നാം ഇല്ലായിമ (ശിവതനിമ)

ഹിന്ദു സംസ്ക്കാരത്തിന്റെ ആരംഭവും, അടിസ്ഥാനവും നിലനിൽക്കുന്നത് ശിവതനിമയിലാണ്. ശിവതനിമയെ നിർവചിക്കുവാൻ മനുഷ്യനാൽ കഴിയുകയില്ല കാരണം ഒന്നാം ഇല്ലായിമ എന്നത് മനുഷ്യ അറിവിൽ കണ്ണുകളാൽ കാണവാൻ കഴിയാത്തതിനെയെ ബുദ്ധിക്ക വരുകയുള്ള എന്നാൽ കണ്ണുകളാൽ കാണവാൻ കഴിയാത്തിടത്തും കണികകൾ അതവാ ആറ്റം നിലനിൽക്കുന്നു. എന്നാൽ ശിവതനിമ എന്നത് ഒന്നും നിലനിൽക്കാത്ത എന്നാൽ എല്ലാം ആരംഭിച്ചതും ഈ ശിവതനിമയിൽ നിന്നുമാണ്. ശിവതനിമ ഒരു ഗുണവും കാണിക്കാതെ എല്ലാത്തിൽ നിന്നും വ്യത്യസ്തമായ ഒരു തനിമയായി നിൽക്കുന്നു. നാം അറിയുന്ന ഈ പ്രപഞ്ചം എന്നത് നൂറിൽ വെറും ഒരുശതമാനം മാത്രമാണ് ഈ ഒരുശതമാനത്തിൽ നമ്മുടെ അറിവും ബുദ്ധിയും ഒതുങ്ങുന്ന കാരണം നാം കാണുന്നതും അറിയുന്നതും എല്ലാം ഈ ഒരുശതമാനത്തെ മാത്രമാണ്. ഭൂമിയും, മറ്റ ഗ്രഹങ്ങളും, ഗ്യാലക്സികളും എല്ലാം ഈ ഒരുശതമാനത്തിൽ പെടുന്നു. എന്നാൽ ശിവതനിമയിൽ എല്ലാം ഉൾക്കൊള്ളുന്നു നൂറുശതമാനം എന്നത് വിത്യസ്തകളുടെ ഒരു കൂട്ടമാണ് എല്ലാം ശിവതനിമയിൽ അടങ്ങുന്നു. ഈ തനിമയിൽ എന്തുവേണമെങ്കിലും സൃഷ്ടിക്കപ്പെടാം കാരണം ഈ തനിമ എല്ലാത്തിനെയും

ഉൾകൊള്ളുന്നു എന്നാൽ ഒരു മാറ്റവും സംഭവിക്കാതെ എന്നും ഒരേ പോലെ നിലനിൽക്കുന്നു.

ശിവതനിമക്ക് ആദിയും അന്തവും ഇല്ല ഇത് എപ്പോളും നിലനിൽക്കുന്നു ഈ തനിമയെ നശിപ്പിക്കുവാൻ ഒരിക്കലും സാധിക്കുകയില്ല.

ഈ ശിവതനിമയിൽ നിന്നും ദേവിയുണ്ടാകുകയും എല്ലാ വിധ സൃഷ്ടികളുടെയും ആരംഭം ഈ ദേവിയിൽ നിന്നുമാണ്.

ദേവി (പ്രോട്ടോൺ)

(എല്ലാ സൃഷ്ടികളുടെയും ആരംഭം)

നിത്യമായ ഒന്നും ഇല്ലായിമയിൽ ഉണ്ടായ ആദ്യ ഗുണമാണ് ദേവി. ദേവി എന്ന് പറയുവാനുള്ള കാരണം. ഇന്ന് ഈ പ്രപഞ്ചത്തിലും, എല്ലാ ഇടങ്ങളിലും നാം കാണുന്നതും ,അറിയുന്നതും ,ഉണരുന്നതും എല്ലാം ദേവിയെ ആണ്. ദേവി എന്ന് വിളിക്കുമ്പോൾ അവയുടെ ഗുണം സ്ത്രീ ഗുണമാണ്. എന്നാൽ സ്ത്രീയുടെയും, പുരുഷന്റെയും ശരീരം പദാർത്ഥങ്ങളാൽ എല്ലാ പദാർത്ഥവും ദേവിയാൽ രൂപാന്തരപ്പെട്ടവയുമാണ് എല്ലാം എന്നുരയുമ്പോൾ ഈ ഭൂമിയും, ഗ്രഹങ്ങളും ,സൂര്യനും ,ചന്ദ്രനും എല്ലാം ദേവിയുടെ ഗുണങ്ങളാൽ നിർമിക്കപ്പെട്ടവയാണ്. നന്മയും തിന്മയും ദേവിയിൽ നിലകൊള്ളുന്ന ദേവിയാണ് എല്ലാത്തിന്റെയും മാതാവായി നിൽക്കുന്നത്. ഒരു മനുഷ്യനിൽ മൂന്ന് ഗുണങ്ങൾ നിലനിൽക്കുന്നു. നാം കാണുന്ന ശരീരവും, മാംസവും ,അസ്ഥിയും, ഞരമ്പും എല്ലാം പാതാർത്ഥങ്ങളാൽ നിർമിക്കപ്പെട്ടിരിക്കുന്നവയാണ് ഈ പദാർത്ഥങ്ങളെല്ലാം ദേവിയിൽ നിലനിൽക്കുന്നു. ദേവിയാൽ ശരീരം നിലനിൽക്കുന്നു എന്നാൽ ശരീരത്തിൽ എനർജിയും,നാം എന്ന് നമ്മൾ വിളിക്കുന്ന തനിമയും നിലനിൽക്കുന്നു. നാം എന്ന് വിളിക്കുന്ന തനിമ നാം ആകുന്നത് ശരീരം നേടുന്ന അറിവില്ലൂടെയാണ്. നാം ശിവതനിമയുടെ പ്രതീകമാണ്. എല്ലാ സൃഷ്ടികളും

സന്തുലനത്തിന്റെ അടിസ്ഥാനത്തിൽ നിർമ്മിക്കപ്പെട്ടിരിക്കുന്നു

ശിവൻ (ന്യൂട്രോൺ)

ദൈവം എന്നുകേൾക്കുമ്പോൾ നമ്മുടെ പൂർവികർ പറഞ്ഞകഥകളാണ് മനസ്സിൽ വരികയുള്ള എന്നാൽ യഥാർത്ഥത്തിൽ അവ അങ്ങനെയല്ല. ആദിയും, അന്തവും ഇല്ലാത്ത ശിവതനിമയിൽ നിന്നും ദേവിയുണ്ടാകുകയും ദേവിയിൽ നിന്നും സൃഷ്ടിയുടെ കണക്കിനനുസരിച്ച് ശിവൻ, വിഷ്ണു, ബ്രെഹ്മാവ് ഉണ്ടാകുകയും. ശിവൻ എന്നത് ശിവതനിമയുടെ ദൈവിക സ്വരൂപമാണ് സന്തുലനം എല്ലാത്തിലും നിലനിർത്തുക എന്നതാണ് ശിവഭഗവാന്റെ ഉത്തരവാദിത്വം കാരണം സന്തുലനം ആണ് എല്ലാത്തിന്റെയും അടിസ്ഥാനം. പുരുഷഗുണം ശിവനെ സൂചിപ്പിക്കുന്നു.

ഈ പ്രപഞ്ചത്തിൽ ഉള്ള എല്ലാത്തിനും സന്തുലനം ബാധകമാണ്. സംഖ്യരേഖയിൽ മധ്യത്തിലായി പൂജ്യം നിലനിൽക്കുന്നതുപോലെ എല്ലാ ഇമോഷനകളുടെയും മധ്യത്തിൽ ശിവഭഗവാൻ നിലനിൽക്കുന്നു. സന്തോഷവും, സങ്കടവും രണ്ട് വിത്യസ്ത ഇമോഷനകളാണ് ഇവയുടെ മധ്യത്തിൽ ഒരു നിർവികാരികത നിലനിൽക്കുന്നു അതുപോലെ എല്ലാ ഇമോഷനകളും സന്തുലനത്തിൽ ആക്കുവാൻ ശിവഭഗവാൻ ഈ പ്രപഞ്ചത്തിലുള്ള എല്ലാത്തിലും നിലനിൽക്കുന്നു. പ്രപഞ്ചസൃഷ്ടിയുടെ കണക്കുകൂടിയാണ് ശിവഭഗവാൻ അതിനാൽ ഏതുകാര്യത്തിലാണോ സന്തുലനം നഷ്ടപ്പെടുന്നത് അപ്പോൾ അവയെ സന്തുലനത്തിലാക്കുവാൻ ഭഗവൻ ശ്രമിക്കുന്നു. കാരണം പ്രപഞ്ചത്തിന്റെ സന്തുലനം തന്നിലൂടെ നിലനിർത്തുന്ന ശിവതനിമയുടെ സ്വരൂപമാണ് ശിവഭഗവാൻ.

വിഷ്ണു (ഇലക്ട്രോൺ)

എല്ലാ ജീവജാലങ്ങളിലും ഒരു എനർജി ഉണ്ട് ആ എനർജി ആണ് മനുഷ്യരിലും ഉള്ളത്. എനർജി എന്നാൽ മനുഷ്യൻ എന്ന കമ്പ്യൂട്ടർന് പ്രവർത്തിക്കാൻ ആവശ്യമായ കറണ്ട് ആണ്. എനർജി 2 തരം ജോലികൾ ചെയ്യുന്നു

1. എനർജി ഉള്ളവയെ ഒക്കെ പരിണാമത്തിലൂടെ വളർത്തുന്നു

2. എനർജി ഇല്ലാത്തവയെ ഒക്കെ പരിണാമത്തിലൂടെ മണ്ണ് ആക്കി മാറ്റുന്നു.
എല്ലാത്തിനെയും പരിപാലിക്കുക മാത്രമല്ല ഈ പ്രപഞ്ചം ഇന്നുകാണുന്നതുപോലെ ആയത് ഈ എനർജി എല്ലാ അണുവിൽ നിലകൊള്ളുന്നതുകൊണ്ടാണ്. അണുവിൽ ഇലക്ട്രോൺ ആയി നിലകൊള്ളുന്നു. ഒരു അണുവിൽ പ്രോട്ടോണും, ന്യൂട്രോണും പിരിയാതെ ഒന്നായി നിൽക്കുന്നു അവക്ക് ചുറ്റും ഇലക്ട്രോൺ വലയം ചെയ്യുന്നു. അണു അഥവാ ആറ്റം കൊണ്ടാണ് നമ്മൾ കാണുന്ന എല്ലാം നിർമിച്ചിരിക്കുന്നത്. മനുഷ്യനും, മൃഗങ്ങളും എല്ലാം ആറ്റം കൊണ്ട് ഉണ്ടായിട്ടുള്ളവയാണ്.
മനുഷ്യൻ മറ്റ മൃഗങ്ങളെ പോലെ അല്ല അവന് ഓർമ്മകൾ ഉണ്ട്. ചെറുതിലെ മുതൽ അവൻ ആർജിച്ച അറിവുകളുടെ അകെ ഇകയാണ് മനസ്. മനസ് എന്നത് എല്ലാവർക്കും

വ്യത്യസ്തമാണ്. കാരണം ഓരോരുത്തരും ജനിക്കുന്ന സാഹചര്യം വ്യത്യസ്തമാണ്. മനസ് കൊണ്ട് മനുഷ്യൻ സൃഷ്ടിക്കുന്ന കഥയാണ് ജീവിതം. അങ്ങനെ മനുഷ്യൻ സൃഷ്ടിച്ച കഥയാണ് മതം.

എല്ലാത്തിനെയും സൃഷ്ടിച്ചത് ഒരു എനർജിയാണ് ആ എനർജി ആണ് നമ്മളിലും ഉള്ളത്. ശരീരത്തിൽ പല വിധ ഇമോഷൻസ് ഉണ്ട്. ഈ ഇമോഷൻസ് ശരീരത്തിൽ പല വിധത്തിൽ ഉള്ള കെമിക്കൽ റിയാക്ഷന്സ് ഉണ്ടാക്കുന്നു. ഈ കെമിക്കൽ റിയാക്ഷൻസ് ആണ് നമ്മൾ അനുഭവിക്കുന്ന സന്തോഷവും സങ്കടവും ഒക്കെ

ഒരു മിനിറ്റിൽ 1000 കണക്കിന് ഓർമ്മകൾ വരുന്ന അതിൽ ഏതാണോ എനർജി തിരഞ്ഞെടുക്കുന്നത് ആ ഓർമകളുടെകൂടെ ഇമോഷൻ ഉണ്ടാകുകയും ആ ഓർമ്മക്ക് പരിണാമം സംഭവിക്കുകയും അവ വീണ്ടും ബ്രെയിനിൽ സൂക്ഷിക്കുകയും ചെയ്യുന്നു. അങ്ങനെ പരിണാമം സംഭവിക്കുന്ന ഓർമ്മകൾ അവന്റെ സ്വഭാവം ആയി മറ്റുന്നു. ശരീരത്തിൽ ഉണ്ടാകുന്ന കെമിക്കൽ റീയാക്ഷൻസ് മാറി മാറി വരുന്നത് ശരീരത്തിന് അത്ര നന്നല്ല. പണ്ട് ഉള്ള ആളുകൾ പറയും എല്ലാ മനുഷ്യനും ഒരു ലക്ഷ്യം വേണം എന്ന് അത് മനസിനെ സന്തുലനത്തിൽ ആക്കുവാനുള്ള ഒരു മാർഗമാണ്. ഒരു കാര്യത്തിൽ മാത്രം ചിന്തിക്കുമ്പോൾ ഒരു മിനിറ്റിൽ വരുന്ന ഓർമകൾക്ക് പരിമിതികൾ ഉണ്ടാകുന്നു. ആ ലക്ഷ്യത്തിൽ എത്തി ചേരുന്നു.

പ്രാർത്ഥന ഒരു ചെറിയ കാര്യം അല്ല. ശരീരം പ്രകൃതിയുമായി സന്തുലനത്തിൽ ആകണം എങ്കിൽ ശന്തമായതും, ചിന്തകൾ ഇല്ലാത്തതുമായ ബ്രെയിൻ ഉണ്ടാകണം. അതിന് ഉള്ള ഒരു എളുപ്പ മാർഗമാണ് പ്രാർത്ഥന. നിങ്ങൾ ഏത് മതത്തിൽ വിശ്വസിച്ചാലും ഏത് ദൈവത്തിൽ പ്രതിച്ചാലും ശരീരം ആഗ്രഹിക്കുന്നത് പീസ്ഫൾ മൈൻഡ് തരുന്ന ഒരു കെമിക്കൽ റീക്ഷനാണ്.

വികാരങ്ങൾ

എല്ലാ ഇമോഷനേയും നിയന്ത്രിച്ച് മനസിനെ ചഞ്ചലപ്പെടുത്താതെ എന്നുവെച്ചാൽ മനസ് എന്നത് ചിന്തകളില്ലൂടെ വളരെ വേഗത്തിൽ ഓടിക്കൊണ്ടിരിക്കുന്ന ഈ ഓട്ടത്തെ ഭക്തിയില്ലൂടെ വേഗത കുറക്കുകയും മനസിനെ ശാന്തമാക്കവാൻ ശ്രമിക്കുകയും. ശാന്തമായ മനസ്സുള്ളവർ ശിവതനിമയെ ഉണരുന്നു. ഒന്നിനെക്കുറിച്ചും ചിന്തിക്കാതെ ഇരിക്കുന്ന അവസ്ഥയിൽ ശിവതനിമ എന്നത് മനുഷ്യന് ഉണരുവാൻ സാധിക്കും എന്നാൽ മനുഷ്യനായി പിറന്നവർക്കെലാം ജീവിതത്തിൽ പ്രിശ്നങ്ങളും, വിഷമങ്ങളും കൂടെയുള്ളവയയാണ് എത്ത പ്രിശ്നങ്ങൾ ഉണ്ടായാലും മനസിനെ ചഞ്ചലപ്പെടുത്താതെ ഇമോഷനകളെ ശാന്തമായി നിർത്തുക എന്നതാണ് ഹിന്ദു സംസ്കാരം പറഞ്ഞുതരുന്നത് എന്നാൽ ഇവയെല്ലാം ജീവിതത്തിൽ പ്രയോഗികമാക്കുവാൻ വളരെ കഷ്ടത നിറഞ്ഞവയയാണ് എന്നാൽ ഇഷ്ടത്തോടെ കഷ്ടപ്പെടുന്നവർ ഉറപ്പായും ഉയർന്ന മനോനിലയിൽ എത്തും. നമ്മുടെ മനസ്സിൽ എല്ലാ ഓർമകളും പ്രതിഫലിക്കും ഈ പലതരം ഓർമ്മകൾ നമ്മളെ ചിന്തിപ്പിക്കുന്ന ഈ ചിന്തകൾ നമ്മുടെ ശരീരത്തിൽ പലതരം ഇമോഷനകളായിമാറി നമ്മുടെ ശരീരത്തെ വിഷതുല്യമാക്കുന്നു.

ഒരു മനുഷ്യൻ എങ്ങനെ ദൈവമാകും ഈ ചോദ്യം എല്ലാവരിലും ഉണ്ടാകുന്നതാണ്. എന്നാൽ മനസിനെ ശാന്തമാക്കി ഇമോഷനെ നിയന്ത്രിക്കുമ്പോൾ മനുഷ്യൻ പ്രപഞ്ച നിയമത്തിൽലയിക്കുന്നു പതിയെ പ്രപഞ്ചത്തില്ലുള്ള എല്ലാ അറിവുകളും അവന് ലഭിക്കുകയും എല്ലാ അറിവും ലഭിക്കുമ്പോൾ മനോനില ഉയരുകയും ചിന്തകളിലും പ്രവർത്തികളിലും മാറ്റം വരുകയും. മനോനില

ദൈവ തുല്യമാകുകയും ചെയ്യുന്ന. ഈ അറിവില്ലൂടെ ശരീരം നശിക്കാതെ പ്രപഞ്ച തത്വത്തിൽ ലയിക്കുകയും ചെയ്യുമ്പോൾ എനർജി എന്നത് ശരീരത്തിൽ നിന്നും പിരിഞ്ഞാല്യം ശരീരം നശിക്കുകയില്ല ഇതിനെ സിദ്ധമാർ സമാധി എന്നപറയുന്നു.സമാധിയില്യടെ ശരീരത്തിൽ നിലകൊള്ളുന്ന നം എന്ന അറിവിന് മാറ്റങ്ങൾ സംഭവിക്കാതെ അടുത്ത തലത്തിലേക്ക് മാറുന്നു.ഈ തലത്തിൽ നിത്യവ്യം ജീവിക്കുന്നവരാണ് സിദ്ധന്മാർ ദൈവിക മനോനിലയിലേക്ക ഉയർന്നവരാണ് സിദ്ധന്മാർ.

പ്രപഞ്ച നിയമം

പ്രപഞ്ച നിയമത്തോട് ഇണങ്ങി ജീവിക്കുവാൻ പ്രകൃതിയുടെ നിയമത്തെ മനസിലാക്കിയ നമ്മുടെ പൂർവികർ അതിനനുസരിച്ച് ജീവിക്കുവാൻ നമുക്ക് നൽകിയ അറിവാണ് സനാതനധർമ്മ. സന്തുലനം അധവാ ബാലൻസ് ആണ് ഇതിന്റെ അടിസ്ഥാനം.ഒരു മനുഷ്യൻ ഭൂമിയിൽ ജനിച്ചുകഴിയുമ്പോൾ തന്നെ അവന് ഈ പ്രപഞ്ചം നിരവധി ഉത്തരവാദിത്വങ്ങൾ നൽകിയിട്ടുണ്ട് എന്നാൽ അവയെ മനസിലാക്കാതെ തോന്നും പോലെ മനുഷ്യൻ ജീവിക്കുന്നു.പ്രപഞ്ച നിയമം എന്നത് ആരാല്യം മറ്റാൻ കഴിയുന്നതല്ല.ഒരു മനുഷ്യൻ ഉണ്ടാകുന്ന സമയം മുതൽ മരണം വരെ അവൻ നിരവധി ഘട്ടങ്ങളില്യടെ ജീവിക്കുന്നു അവയെല്ലാം നല്ലതാക്കുക എന്നാതാണ് പ്രപഞ്ചനിയമത്തോട്ടുള്ള ഉത്തരവാദിത്വം.ഒരു പുരുഷൻ ഉണ്ടാകുമ്പോൾ മുതൽ നല്ല ഒരു മകനാകുക, നല്ല ഒരു സഹോദരൻ ആകുക, നല്ല ഒരു സുഹൃത്താക്കുക, നല്ല ഒരു ഭർത്താവാകുക, നല്ല ഒരു അച്ഛനാകുക, നല്ല ഒരു

മുത്തച്ഛനാകുക ഇവയെല്ലാം നല്ലതാകണം എങ്കിൽ അറിവ് എന്നതാവശ്യമാണ്.ഇവയെല്ലാം നല്ലതായി ജീവിക്കുന്നവൻ പ്രപഞ്ച നിയമത്തോട് അവനറിയാതെ ഇണങ്ങിജീവിക്കുന്നു.സ്ത്രീ ഗുണത്തിനും നിയമങ്ങൾ ബാധകമാണ്.ഒരു പെൺകുട്ടി ജനിക്കുമ്പോൾ മുതൽ നല്ല ഒരു മകളാകുക,നല്ല ഒരു സഹോദരി ആകുക,നല്ല ഒരു സുഹൃത്താകുക ,നല്ല ഒരു ഭാര്യ ആകുക ,നല്ല ഒരു അമ്മയാക്കുക ,നല്ല ഒരു മുത്തശിയാകുക മൊത്തത്തിൽ പറഞ്ഞാൽ നമ്മളിൽ ഉണ്ടാകുന്ന എല്ലാ ഇമോഷൻസിനെയും ബാലൻസിലാക്കുക.ഇമോഷൻസിനെ ബാലൻസിലാക്കുവാൻ പരിശീലനം അത്യാവശ്യമാണ്.നമ്മൾ എന്ത ശീലിക്കുന്നുവോ അവ നമ്മുടെ കഴിവുകളായി മാറും.

സ്ത്രീക്കും,പുരുഷനും പ്രകൃതി നൽകിയ എല്ലാ ഘട്ടങ്ങളിലും നല്ലതുപോലെ ജീവിക്കുക എന്നത് അത്ര എളുപ്പമല്ല.കാരണം നമ്മളെല്ലാം ജനിക്കുന്ന സാഹചര്യങ്ങളിൽ ജീവിക്കുന്ന ഈ സാഹചര്യങ്ങളെ നമുക്കിഷ്ടമുള്ളതുപോലെ മാറ്റാൻ കഴിയാത്തവർക്ക് എല്ലാം നല്ലതാക്കുക എന്നത് കഠിനമായിരിക്കും.ജനിക്കുന്ന സാഹചര്യം ഏതുമായിക്കോട്ടെ എല്ലവർക്കും പ്രകൃതി ഒരുപോലെയാണ് നല്ലതു ശീലിക്കുന്നവർ നല്ലവരാകും എന്നാൽ ഇതിനു വിപരീതവും ഈ ഭൂമിയിൽ നിലനിൽക്കുന്നു.നന്മക്കും തിന്മക്കം ഇടയിൽ ഒന്നും ഇല്ലാത്ത ഒരു അവസ്ഥയുണ്ട് ആ ഒന്നും ഇല്ലായിമയാണ് സന്തുലനം എന്ന് ഹിന്ദു സംസ്കാരം വിവരിക്കുന്നത്.മനസ് ശാന്തമാക്കുക എന്നതാണ് എല്ലാത്തിന്റെയും ഉള്ളടക്കം. ചിന്തകളെ അകറ്റി ഇമോഷൻസിനെ ബാലസിലാക്കുക.

ഭക്തി പരിണാമം

വർഷങ്ങളുടെ പരിണാമത്തിലൂടെ മനുഷ്യൻ ഇന്നു വന്നുനിൽക്കുമ്പോൾ എല്ലാ വസ്തുക്കളും പരിണാമ വളർച്ചയിലൂടെ മാറ്റം വന്നിരിക്കുന്നു. അതുപോലെ ഏറ്റവും മറിയ ഒന്നാണ് ഭക്തി എന്നത്. കാരണം ഓരോരുത്തരും ഓരോ വിശ്വാസങ്ങളിലൂടെ ഭക്തിയിൽ എത്തിയവരാണ്. എല്ലാവർക്കും അവരുടെ വിശ്വാസത്തിൽ പൂർണമായ വിശ്വാസം ഉണ്ടാകും. എന്നാൽ ഭാരതത്തിൽ നമ്മുടെ പൂർവികർ സനാതനധർമ്മ എന്ന ഒറ്റവാക്കിലൂടെ എല്ലാ സയൻസിനെയും വിവരിച്ചിരിക്കുന്നു. ഭക്തി എന്നത് നമ്മളിലെ ദൈവികതയെ ഉണരുവാനുള്ള മാർഗമാണ്. എല്ലാ മേഖലയിലും പുതിയ കണ്ടുപിടുത്തങ്ങൾ നടന്നിരിക്കുന്നത് അറിവുള്ള വെക്തികളിലൂടെയാണ് അവരുടെ കണ്ടുപിടുത്തം എല്ലാവർക്കും മനസിലാകുംപോലെ വിവരിക്കാൻ അവർക്കു കഴിഞ്ഞിരുന്നു. എന്നാൽ ഭക്തിയെ മാത്രം നിർവചിച്ചവർ ഒരു സയൻസിലും പെടാത്ത തോന്നിയതൊക്കെ പറഞ്ഞു വിശ്വസിപ്പിച്ചിരിക്കുന്നു. ഇതിന്റെ യഥാർത്ഥ സയൻസ് പൂർവികർ വിവരിക്കുന്നു. എല്ലാ മനുഷ്യനും ദൈവത്തിന്റെ അംശമാണ് മനോനിലയെ അറിവിലൂടെ ശാന്തമായി നിർത്തി ജീവിതം എപ്പോളും ഒരു മനോ നിലയിൽ നിർത്താൻ കഴിയുന്നവരെല്ലാം ദൈവങ്ങളാണ്. ഇങ്ങനെ കേൾക്കുമ്പോൾ നിങ്ങൾക്കിത് മനസിലായെന്നു വരുല എന്നാൽ ഇനി അങ്ങോട്ടെ ഇത് വല്ലുമ്പോൾ

മനസിലാകും.ഭക്തി എന്നത് സയൻസിനും അപ്പുറമാണ് കാരണം സയൻസും മനുഷ്യൻ കണ്ടുപിടിച്ചവയാണ്.എന്നാൽ മനുഷ്യനെയും ഈ പ്രകൃതിയെയും എല്ലാം നിയന്ത്രിക്കുന്ന കണക്കാണ് ഭക്തി.ഈ കണക്ക മനസിലാക്കണം എങ്കിൽ നമ്മൾ മനുഷ്യനായി ചിന്തിക്കണം എല്ലാ ജീവജാലങ്ങളും നിലനിൽക്കുന്നത് ഒരു എനർജിയുടെ സഹായത്തോടെ ആണ്.എന്നാൽ അവ എങ്ങനെ ഉണ്ടാകുന്ന അവ എങ്ങനെ നിലനിൽക്കുന്നു എന്നൊന്നും നമ്മൾ ചിന്തിച്ചട്ടില്ല എന്നാൽ പൂർവികർ നമ്മുടെ സംസ്കാരത്തിൽ ഇവയും തന്നിരിക്കുന്നു.രണ്ടു കെമിക്കൽ കൂട്ടമ്പോൾ അവിടെ എങ്ങനെ എനർജി ഉണ്ടാകുന്ന ?ഒരു ആറ്റത്തിൽ ഇലക്ട്രോൺ ,പ്രോട്ടോൺ ,ന്യൂട്രോൺ എന്നിങ്ങനെ മൂന്ന് ഘടകങ്ങൾ ഉണ്ട്.ഇവയിലൂടെ ഈ പ്രപഞ്ചത്തെ മനസ്സിലാക്കുവാനും കഴിയും .പ്രപഞ്ചത്തിന്റെ ആരംഭത്തിൽ ശിവതനിമ മാത്രമായിരുന്നു.അതിൽ നിന്നും ദേവിയുണ്ടകുകയും.ഇവരണ്ടും വികാസം പ്രാപിച്ച് അന്തരീക്ഷത്തിൽ പടർന്നപ്പോൾ അവിടെ ജീവന്റെ ആരംഭമായ എനർജി അഥവാ വിഷ്ണു ഉണ്ടായി.സയൻസ് ഈ ഘട്ടത്തെ ബിഗ്ബാഗ് എന്നു പറയാറുണ്ട്.എല്ലാം നില നിൽക്കുന്നത് ഈ മൂന്നുഗുണങ്ങളുടെ അടിസ്ഥാനത്തിലാണ്.ശിവൻ അഥവാ ഒന്നും ഇല്ലായിമ ഈ ഒന്നും ഇല്ലായിമയിലാണ് ദേവി എന്ന മാറ്റർ അഥവാ പദാർത്ഥം നിലനിൽക്കുന്നത്.ഈ പദാർത്ഥങ്ങൾ കൂടിച്ചേരുമ്പോൾ എനർജി അഥവാ വിഷ്ണു ഉണ്ടാകുന്ന എന്നാൽ ഒന്നും ഇല്ലായിമകുള്ളിൽ എല്ലാം നിലനിർത്തുന്ന ശിവതനിമയാണ് നാം എന്നുപറയുന്ന നമ്മളിൽ നിലകൊള്ളുന്ന അറിവ് അഥവാ ശിവൻ.എല്ലാ ജീവജാലങ്ങളിലും ഇത് ബാധകമാണ്.ഇവ മനുഷ്യന് മനസിലാക്കുവാൻ പൂർവികർ ഭക്തിയിലൂടെ ഈ പ്രവഞ്ച നിയമത്തിൽ എല്ലാം ആയ ശിവനെന്ന നൃട്ടാലിനെ കാണിക്കുകയും. എല്ലാം ആരംഭിച്ചതും ,എല്ലാം നിലനിൽക്കുന്നതും ഈ ഒന്നും

ഇല്ലായിമയിലാണ്. അതാണ് ശിവനെ എല്ലാത്തിനം മുകളിലായി കാണിക്കുന്നത്. കാരണം എനർജി ആണ് നമ്മുടെ ബ്രയിനം പ്രവർത്തിപ്പിക്കുന്നത്. ഈ എനർജി നമ്മുടെ ഗുണങ്ങൾക്കനുസരിച്ച് നമ്മുടെ ശരീരത്തിനുള്ളിലെ എല്ലാ അവയവങ്ങളെയും കൃത്യമായി കാണാകൊട്ടുകുടി പ്രവർത്തിപ്പിക്കുന്നു.

സ്ത്രീ

ഒരു മനുഷ്യൻ ഭൂമിയിൽ വന്നു ജനിക്കുന്നത് ഒരു സ്ത്രീയില്ലൂടെ ആണ്. അപ്പോൾ എല്ലാം ആരംഭിക്കേണ്ടത് സ്ത്രീയിൽ നിന്നുമാണ്. ഒരു പെൺകുട്ടി ജനിക്കുന്ന അവളുടെ ജീവിതമാണ് വരാൻ പോകുന്നതലമുറയുടെ ആരംഭം. നല്ല പുരുഷൻ ഉണ്ടാകണമെങ്കിൽ ഒരു സ്ത്രീ അവളുടെ ജീവിതം സന്തോഷത്തോടെ ജീവിക്കണം. ഗർഭണിയാകുന്ന സ്ത്രീ അവളുടെ ചിന്തകളാണ് ഉണ്ടാകുന്ന കുട്ടിയുടെ ഗുണമായിമാറുന്നത്. ദേവനും , അസുരനും ഒരു അമ്മയിൽ നിന്നുമുണ്ടാകുന്ന കാരണം അമ്മയുടെ ഗുണം മക്കൾക്ക് കിട്ടുന്നു

സ്ത്രീ

ലോകത്തിലെ ഏറ്റവും പവർ ആയിട്ടുള്ള ജീവജാലങ്ങളിൽ ഏറ്റവും ബുദ്ധിയുള്ള മനുഷ്യരെ സൃഷ്ടിച്ചത് സ്ത്രീയാണ്. അപ്പോൾ ലോകത്തിലെ ഏറ്റവും പവർ ഉള്ളത് സ്ത്രീക്ക് തന്നെ. എന്നാൽ അവൾ അത് അറിയുന്നില്ല. സംസ്കാരം രൂപീകരണത്തിൽ സ്ത്രീയെ അമ്മയായി കാണിക്കുന്നു. ഒരു സ്ത്രീ അമ്മയാകുന്നിടത്ത് സൃഷ്ടി ആരംഭിക്കുന്നു. അവൾ സ്വയം ഒരു സൃഷ്ടാവാകുന്നു. സൃഷ്ടാവെന്നാൽ ദൈവം. അവൾ ഉണ്ടായകാലം മുതൽ അവൾ അറിയാതെ ഈ പരിണാമത്തിലേക്ക് അവൾ എത്തിച്ചേരുന്നു. അമ്മയാകാൻ സ്ത്രീ പൂർണമായി തയാറെടുക്കുന്നിടത്താണ് അവൾ സ്ത്രീ ശക്തിയാകുന്നത്. എന്നാൽ ഓരോ സ്ത്രീ ഇവിടെ പിറക്കുകയും അവൾ ജനിച്ച് വളരുന്ന സാഹചര്യവും അനുസരിച്ചാണ്. അടുത്ത തലമുറ എങ്ങനെ ആകും എന്ന് നിർണയിക്കുന്നത്. അവൾ അവളുടെ പൂർണതയിലേക്കുള്ള വളർച്ചയിൽ അവൾ അനുഭവിക്കുന്നതിന്റ് എല്ലാം ഒരു അംശം ഉണ്ടാകുന്ന കുട്ടിയില്യം ഉണ്ടാകുന്നു. സ്ത്രീ സ്വയം മനസിലാക്കണം അവളുടെ അറിവിലാണ് ലോകത്തിന്റ് വരാനിരിക്കുന്ന ഭാവി എന്നത്. ലോകത്തുള്ള എല്ലാത്തിനും ഒരു സന്തുലിതാവസ്ഥ ഉണ്ട് സ്ത്രീകളില്യം അത് ബാധകമാണ്. സ്ത്രീ എന്നാൽ അമ്മയാണ്. അമ്മയെന്നാൽ വിശ്വാസമാണ്. വിശ്വാസം ഹനിക്കുന്നിടത് കലഹം ഉണ്ടാകും. സ്ത്രീ അവൾ തിരഞ്ഞെടുക്കുന്ന ജീവിതം അടുത്ത തലമുറയുടെ ആരംഭം ആണ്. ഈ സമൂഹത്തിന്റ് കാഴ്ചപ്പാടുകൾ മാറേണ്ട സമയം ആയി. ഈ ലോകത്ത് നന്മയും ഉണ്ട് തിന്മയും ഉണ്ട്. ഇവരണ്ടും ഒരു കോയിന്റെ രണ്ട വശങ്ങളാണ്. ഇവയുടെ മധ്യത്തിൽ ജീവിക്കാൻ മനുഷ്യൻ ശ്രമിച്ചിലേൽ ഏലാം നശിക്കും. സ്ത്രീയിൽ നിന്നുമാണ് മനുഷ്യ ജിവിയുടെ

തുടക്കം.അപ്പോൾ തുടക്കം നന്നായാൽ എല്ലാം
നന്നാകും.വിശ്വാസം സ്നേഹം എല്ലാ തരം ഇമോഷൻനും
ആദ്യം നൽകിയ ആളല്ലേ നമ്മുടെ എല്ലാം.

അമ്മ

മനുഷ്യജീവിതത്തിൽ ഏറ്റവും ഉത്തരവാദിത്തമുള്ളത് അമ്മ
എന്ന പദവിക്കാണ് കാരണം മനുഷ്യൻ എന്നത്
അറിവ്കൊണ്ട് ജീവിതം എന്ന കഥ എഴുതാൻ തുടങ്ങുന്നതിന്
മുൻബ് അവൻ ഒന്നും അല്ലായിരുന്ന ആ കാലങ്ങളിൽ
ജീവിതത്തെ എങ്ങനെ കാണണം എന്ന് പറഞ്ഞു
മനസിലാക്കിത്തരുന്ന അമ്മതന്നെ അല്ലെ യഥാർത്ഥ
ഹീറോ.ലോകത്ത് മനുഷ്യന് കിട്ടാവുന്ന ഏറ്റവും വലിയ
ഭാഗ്യമാണ് നല്ല അറിവുകൾ തരുന്ന അമ്മയെ കിട്ടുന്നത്.അമ്മ
എന്നത് നമ്മുടെ ജീവിതത്തെ നമ്മളുണ്ടാകുന്നതിനുമുൻബ്
ചിന്തിക്കുകയും,നമ്മൾക്ക് വേണ്ടി നമ്മളറിയാതെ എത്രയോ
സമയം കഷ്ടതകൾ അനുഭവിച്ചവരാണ്.ഞാൻ എന്ന്
പറയുന്നത് അച്ഛനും ,അമ്മയും കൂടിയതാണ്.അപ്പോൾ
അവരിൽ നിന്നും ആണ് ശരീരം എന്നാൽ അവരെപ്പോലെ
അല്ല സ്വഭാവം കാരണം ഓരോരുത്തരും അറിവുകൊണ്ട
വിത്യസ്തരാകുന്നു.അനുകരണം എല്ലാ മനുഷ്യനും അമ്മയിൽ
നിന്നും അനുകരണം എന്ന കല നേടുന്നു.ആദ്യകാലങ്ങളിൽ
അമ്മയിലെ മാറ്റങ്ങൾ അനുകരണത്തിലൂടെ
മനസിലാക്കുന്നു.ഈ അനുകരണം വിപരീതമായി വരുമ്പോൾ
അവൻ മാറിചിന്തിക്കുകയും ചിന്തകളിലൂടെ ഞാൻ എന്ന
അറിവിലെത്തുന്നു.മനുഷ്യൻ ഉണ്ടായിക്കഴിഞ്ഞാൽ അവനെ
നല്ലതുപോലെ നോക്കിയില്ലെങ്കിൽ കുട്ടി ഉറപ്പായും
മരിക്കും.അവന്റെ ശരീരം ഓരോ സമയങ്ങളിലൂടെ ആണ്
പൂർണതയിൽ എത്തുന്നത് .പൂർണമായ ശരീരം

ഉണ്ടായാല്യം അവനെ നിയന്ത്രിക്കുവാൻ പ്രപ്ലമായ മനസ് എന്നത് ഉണ്ടാകുവാൻ അവനിൽ അറിവ് എന്നത് കിട്ടണം. അറിവുകൾ നേട്ടന്നതിനും സമയം ആവശ്യമാണ് അതുകൊണ്ടാണ് സൃഷ്ടികളിൽ വെച്ച് മനുഷ്യൻ വ്യത്യസ്തമാകുന്നത്. ഈ സമയം അവനിൽ കിട്ടന്ന അറിവ് എന്നത് അവനിൽ വലിയമാറ്റങ്ങൾ ഉണ്ടാക്കുന്നു. അമ്മമാർ ഇന്ന് തെരുവ്വുകളിൽ നടക്കുകയാണ് എല്ലാവരും ഒരുപോലെ അറിവുള്ളവരായിരുന്നേൽ ഇന്ന് എല്ലാ അമ്മമാരും ദൈവമെന്നപോലെ നമ്മുടെ സംസ്കാരത്തിൽ നിന്നേനെ. നല്ല അമ്മയാകാൻ എല്ലാ സ്ത്രീകളും തയാറാകണം. നല്ല അമ്മയിൽ ആണ് നല്ല സമൂഹം ഉണ്ടാകുന്നത്. നമ്മുടെ സംസ്കാരം അമ്മയെ ദൈവമായികാണുന്നതിൽ തെറ്റുപറയുന്നവർ ഉണ്ടായതും ഒരു അമ്മയിലാണ്. അമ്മയെ ഒരു വിഷമങ്ങൾക്കും വിട്ടുകൊട്ടക്കാതെ മക്കൾക്ക് ജീവിതത്തിൽ ഒരുബ്യദ്ധിമുട്ടും ഉണ്ടാകുല.

സ്ത്രീ 0 to 60 വയസുവരെ

സ്ത്രീ 0 to 5 വയസുവരെ

രണ്ട് കെമിക്കൽ കൂടുമ്പോൾ അവിടെ ഒരു എനർജി ഉണ്ടാകുന്നു. ഏതു തരം കെമിക്കൽ കൂടിച്ചേർന്ന് ആണ് എനർജി യുണ്ടാകുന്നത് എന്നതിനെ ആശ്രയിച്ചാണ് അവക്കൊരു ശരീരം ഉണ്ടാകുന്നത്. അവയുടെ അളവിൽ വരുന്ന വിത്യാസം ആണ് , പെൺ എന്നിങ്ങനെ വേർതിരിക്കുന്നു. ആണും , പെണ്ണും ഉണ്ടാകുന്ന സാഹചര്യം ഒന്നാണെങ്കിലും അവ രണ്ടും വിത്യസ്തങ്ങളാണ്. പെൺ എന്നതൊരു ഭാഗ്യമാണ്. അവളുണ്ടാകുന്ന കുടുംബം അനുഗ്രഹീതമാണ്. അവളെ പരിപാലിക്കുവാൻ ശ്രമിക്കുന്നിടത് നന്മയും ബുദ്ധിമുട്ടുകളും മാറും. ഒരു കുടുംബത്തിൽ അവൾ വന്നു പിറക്കുന്നത് അവൾക്കു പൂർണതയിൽ എത്തുന്നതിന് വേണ്ടിയാണ്. എന്നാൽ പലപ്പോളും സാഹചര്യങ്ങൾ പല അവസ്ഥകളിലൂടെ അവളെ കൊണ്ടുപോകുന്നു. 5 വയസ് ആകുംപോളെക്കും അവൾ ജനിക്കുന്ന സാഹചര്യങ്ങളെകുറിച്ച് അവൾക്ക് കുറെ ഒക്കെ ധാരണകൾ വന്നുതുടങ്ങും. ബന്ധങ്ങളും , ബന്ധനങ്ങളും അവൾ ചെറുതായി അനുഭവിച്ച തുടങ്ങുന്നു. അവളിലെ സ്ത്രീയെ അവൾ നിർബന്ധമായും മനസിലാക്കേണ്ടിവരുന്നു.

സ്ത്രീ 5 to10 വയസുവരെ

ഈ കാലഘട്ടം അവൾക്ക് അവളിലെ തനിമയെ മനസിലാക്കുന്നു.ഞാൻ ഉണ്ടായി വളർന്നത് അമ്മയുടെ കരുതൽ മൂലമാണ്.എന്നാലും എന്നിലും സ്വന്തമായ തീരുമാനങ്ങൾ ഉണ്ടെന്നും അവൾ മനസിലാക്കുന്നു.വീട്ടുകാരില്ലൂടെ മാത്രം അറിവ് നേടിക്കൊണ്ടിരുന്ന അവൾ വേറെ സാഹചര്യങ്ങളിലേക്ക് മാറ്റുന്ന .പുതിയ കാര്യങ്ങൾ പഠിക്കുവാനും അനുഭവിക്കുവാനും ആരംഭിക്കുന്നു.സ്വഭാവ രൂപീകരണത്തിന്റെ ഏറ്റവും പ്രധാനപെട്ട കാലം കൂടിയാണ് ഇത്.പുതിയ വെക്തികളില്ലൂടെ അവരുടെയും സാഹചര്യങ്ങൾ മനസിലാക്കുന്നു.അവരുടെ സ്വഭാവത്തെ മനസിലാക്കുന്നു.എല്ലാം അവരിൽ സാഹചര്യം എത്തിക്കുന്നു.ഈ കാലയളവിൽ എല്ലാത്തിനെയും അറിയുവാനും മനസിലാക്കുവാനും ആഗ്രഹം കൂടുതൽ ആയിരിക്കും.ആണ് പെൺ വിത്യാസം ഇല്ലാതെ ഒരുകൂട്ടിയായി സമൂഹം കാണുന്നു.

സ്ത്രീ 10 to 20 വയസുവരെ

ഈ പ്രായം ആരംഭിക്കുമ്പോൾ മുതൽ അവളിലെ ഇമോഷൻ മാറിവരുന്നത് അവൾ മനസിലാക്കുന്നു.അവൾ ഒരു സ്ത്രീ ആണെന്ന് സമൂഹം അവളെ എപ്പോളും ഓർമിപ്പിക്കുന്നു.ശരീരം എന്നത് സ്വായം മാറുന്നത് അവൾ മനസിലാകുന്നു.ശരീരത്തിന്റ മാറ്റങ്ങൾ ആദ്യം ഒരു അള്ളതമായി തോന്നിയാല്ലും അതിനെ എല്ലാം അതിജീവിച്ച് അവൾ പൂർണതയിലേക്കുള്ള യാത്ര തുടരുന്നു.ഈ കാലത്തു അവളുടെ ശരീരത്തിൽ ഉണ്ടാകുന്ന കെമിക്കൽ റിയാക്ഷൻസ് അവളുടെ കാഴ്ചപ്പാടുകളെ തന്നെ മാറ്റുന്നു.അവളിൽ ആ എനർജി ഒരു സൃഷ്ടിക്ക് വേണ്ടി തയാറെടുക്കുന്നു.ഏതുകാര്യത്തെ കുറിച്ചാണോ അറിയാൻ താല്പര്യം ഉള്ളത് ആ കാര്യത്തിൽ അവൾ കൂടുതൽ അറിവ്

നേടുന്നു. ആ കാര്യങ്ങൾ അവളുടെ വഴികാട്ടുകയും ചെയ്യുന്നു. പ്രണയം എന്നത് പല ഇമോഷൻ ഉള്ളതിൽ ഏറ്റവും സുഗം ഉള്ള ഒരു ഇമോഷൻ ആണ്. അതുണ്ടാകുമ്പോൾ ബോഡിയിൽ ഉണ്ടാകുന്ന കെമിക്കൽ റിയാക്ഷൻസ് ബോഡി വളരെ ആഗ്രഹിക്കുന്ന ഒന്നാണ്. ഈ ഇമോഷൻ ജീവിതത്തിൽ വളരെ അധികം സ്വാധിനിക്കുന്ന ഒന്നാണ്. ആത്മാർത്ഥമായ പ്രണയം എന്നത് ശരീരത്തിനും അപ്പുറമാണ്. ശരീരം എന്താണ് എന്ന് ഒന്ന് ഓർത്ത് നോക്കിക്കേ? ഒരു വയസിൽ ഉള്ള ശരീരവും ,60 വയസുള്ള ശരീരവും തമ്മിൽ ഒരു സാമ്യവും ഇല്ല. എല്ലാം സമയം മാറ്റുന്നു. അവളിലെ ശരീരത്തിന്റെ ഏറ്റവും സൗന്ദര്യം ഉള്ള കാലവും ഇതുതന്നെ ആണ്.

സ്ത്രീ 20 to 60 വയസുവരെ

ഈ കാലം കഴിയുമ്പോളേക്കും അവൾ അറിവുകൊണ്ട് എല്ലാകാര്യങ്ങളെയും നേര് മാർഗത്തിൽ സഞ്ചരിക്കണം. അത് നടക്കണമെങ്കിൽ 20 വയസ്സിലെ ശ്രമിക്കണം ധർമത്തോടെ കർമങ്ങൾ ചെയ്യണം. 20 വയസുവരെ അറിഞ്ഞട്ടുള്ള അറിവുകളിൽ തെറ്റെന്ന് തോന്നുന്നതൊന്നും പിന്നേ ചെയ്യരുത്. കാരണം എല്ലാ പ്രേവർത്തികളും ബ്രെയിനിൽ സ്റ്റോർ ചെയ്യപെടുന്നുണ്ട് . വിശ്വാസം ആണ് സ്ത്രീ. അവളിലെ ഏറ്റവും നല്ലഗുണവും അതുതന്നെ ആണ്. സ്ത്രീ എന്നത് ഒരു ചെറിയകാര്യം അല്ല. സ്ത്രീയിലൂടെ ആണ് പുരുഷൻ ഉണ്ടായത്. അതുകൊണ്ട് തന്നെ സ്ത്രീ എന്താണോ കൂടുതൽ ആഗ്രഹിക്കുന്നത് എന്നതിനെ ആശ്രയിച്ചായിരിക്കും സ്ത്രീയുടെ സ്വഭാവം രൂപം കൊള്ളുന്നത്. ചെറുപ്പത്തിലേ മുതൽ ഓരോ സാഹചര്യങ്ങളിലൂടെയും പല ആഗ്രഹങ്ങൾ ഉണ്ടായിട്ടുണ്ടാവും അവയിലേക്ക് എത്താനുള്ള പരിശ്രമം സ്ത്രീ കളുടെ സ്വഭാവത്തിൽ മാറ്റങ്ങൾ വരുത്താറുണ്ട്. ഒരു പുരുഷനെ

പോലെ ആഗ്രഹിക്കുകയും അതാണ് ഓർത്ത് ജീവിക്കുകയും ചെയ്താൽ പുരുഷഗുണം സ്ത്രീയിലും ഉണ്ടാകും.സ്ത്രീ എന്നത് ഒരു തനിമയാണ്.അതിനെ കളയാതെ സ്ത്രീകൾ താനെ നോക്കണം.

ഡാർക്ക് എനർജി ,ഡാർക്ക് മാറ്റർ ,മാറ്റർ

ഈ പ്രപഞ്ചം സൃഷ്ടിക്ക പെട്ടിരിക്കുന്നത് ഈ മൂന്ന് ഗുണങ്ങളായിട്ടാണ്.ഇന്ന് ശാസ്ത്രജ്ഞമാർ കണ്ടെത്തി പഠനം നടത്തുന്നതും ഈ മൂന്ന് ഗുണങ്ങളെയാണ്.നാം താമസിക്കുന്ന ഭൂമിയും , ഗാലക്സികളും ,എല്ലാം മാറ്റാറുകളാൽ സൃഷ്ടിക്കപെട്ടവയാണ്.ഈ പ്രവഞ്ചത്തിൽ വെറും അഞ്ച് ശതമാനമാണ് അറ്റം കൊണ്ട് നിർമിക്ക പെട്ടിരിക്കുന്നത് .നാം കാണുന്ന നക്ഷത്രങ്ങളും ,ആകാശം ,ഗ്രഹങ്ങൾ ,നമ്മുടെ എല്ലാ പഠനവും ഈ അഞ്ച് ശതമാനത്തിൽ ഒതുങ്ങുന്നു.ഈ പ്രപഞ്ചത്തിൽ 68% ഡാർക്ക് എനർജിയും 27% ഡാർക്ക് മാറ്റുംമാണ്.എന്നാൽ മനുഷ്യരുടെ എല്ലാ പഠനവും മാറ്ററിൽ ഒതുങ്ങി നിൽക്കുകയാണ്. നമ്മുടെ പൂർവികർ പണ്ടേ ഈ പ്രപഞ്ചത്തെ മനസിലാക്കി തന്നിട്ടുണ്ട്.ഈ പ്രപഞ്ചം നിലനിൽക്കുന്നത് ശിവലിംഗ സ്വരൂപത്തിലാണ്.

ശിവലിംഗം
ഹിന്ദു സംസ്കാരത്തിൽ ആദ്യം ഉണ്ടായത് ശിവാംശം ആണ്.ശിവാംശം എന്നത് നമുക്ക് നിർവചിക്കാൻ

കഴിയാത്ത ഒന്നാണ്. ഒന്നും ഇല്ലായ്മ അവിടെ ആറ്റങ്ങളോ ,പദാർത്ഥങ്ങളോ ഒന്നും ഇല്ല. ഒന്നും ഇല്ലാത്ത എനർജി അതാണ് ശിവാംശം. ഈ ശിവാംശം ഈ പ്രപഞ്ചത്തിലുള്ള എല്ലാ ആണുകളിലും ഒരുപോലെ നിലനിൽക്കുന്നു. ശിവലിംഗത്തിൽ നമ്മൾ കാണുന്ന മുകളിലേക്ക് നീണ്ടുനിൽക്കുന്ന ഭാഗം ശിവതനിമയും (ഡാർക്ക് എനർജി), ശിവലിംഗത്തെ പൊതിഞ്ഞു നിൽക്കുന്നതിന്റെ ഉൾഭാഗം ശക്തി (ഡാർക്ക് മറ്റാതും)യും ,ശിവലിംഗത്തെ പൊതിഞ്ഞുനിൽക്കുന്ന ഭാഗം ശിവ, ശക്തി ,വിഷ്ണ (ആറ്റം)ആയി കാണുന്നു. നാം ജീവിക്കുന്ന ഈ ലോകത്തിൽ എല്ലാം ആറ്റം കൊണ്ടാണ് നിർമിച്ചിരിക്കുന്നത്. നാം എന്ന് പറയുന്ന ശരീരത്തെയും ആറ്റം കൊണ്ട് നിർമിച്ചിരിക്കുന്നു .ശിവൻ ,ശക്തി ,വിഷ്ണ എന്നി ഗുണങ്ങൾ ഒന്നായിനിന്നു പ്രവർത്തിക്കുന്നതുകൊണ്ടാണ് ഈ ലോകത്തിലുള്ള എല്ലാം ദൈവാംശമാണന്നു പറയുന്നത്. നമ്മുടെ ശരീരം മാറ്റർ കൊണ്ട് നിർമിച്ചിരിക്കുന്നവയാണ്. ഏറ്റവും ചെറിയ അണുവിലൂടെ ഹിന്ദു സംസ്കാരം ഈ പ്രവഞ്ചത്തെ നിർവചിച്ചിരിക്കുന്നു. നാം കാണുന്ന ലോകം നിർമിച്ചിരിക്കുന്നത് മൂന്ന് അടിസ്ഥാന ഗുണങ്ങളിലൂടെയാണ്.

വിദ്യാഭ്യാസം

അറിവ് എന്നത് മനുഷ്യനെ നേർവഴിക്കുനടത്തുന്ന ഒന്നമാത്രമല്ല അവനെ അവനാക്കിമാറ്റന്ന ഒരു പ്രവർത്തികുടിയാണ്.മനുഷ്യന്റെ ശരീരം പരിവർത്തനത്തിലൂടെ പൂർണതയിലേക്ക് പോകുന്ന ഘട്ടത്തിൽ ബ്രെയിനിൽ ഉണ്ടാകുന്ന മാറ്റം മനസിലാക്കി നമ്മുടെ പൂർവികർ അതിനനസരിച്ച് ഓരോ അറിവ് കൊട്ടത്ത് അവനിലെ ബുദ്ധിക്ക് തെളിമകൊട്ടതിരുന്ന.ഒരു കുട്ടി അറിവ് നേട്ടന്നത് വിദ്യാഭ്യസം എന്ന ഒന്നില്ടടെ മാത്രമല്ല.അവൻ ജനിക്കുന്ന സാഹചര്യം തൊട്ട് അവൻ അറിവ് നേടാൻ തുടങ്ങി.വിദ്യാഭ്യസം എന്നത് നടയുള്ള ഒരു ദേവാലയം പോലെയാണ്.കാരണം ഓരോ നടയും കഠിനമായിരിക്കും എന്നാല്ും ഭഗവാനെ കാണവാൻ ഉള്ള ആഗ്രഹം മുൻപൊട്ട് നയിക്കുന്ന.ഓരോ നാട കയറുമ്പോള്ും ഉയരത്തിലേക്ക് പോകുകയും എല്ലാ നടയും കയറി മുകളിൽ എത്തിയാൽ കാണന്നത് ദൈവത്തിന്റെ സ്ഥാനത്തു ഒരു കണ്ണാടി.ആ കണ്ണാടി കാണിക്കന്ന രൂപം അതിനുമുമ്പിൽ നിൽക്കുന്നയാളിനെ ആണ്.എല്ലാ അറിവും മനസിലാക്കി ഉയരത്തിൽ എത്തിയാൽ അവൻ തന്നെ ദൈവം ആകുന്ന.അറിവ് മനുഷ്യനെ ദൈവംമാക്കന്ന.വിദ്യ നേട്ടൻനതിലാണ് മനുഷ്യൻ ദൈവവും സാത്താനും ആയിമാറുന്നത് കാരണം എല്ലാ മനുഷ്യനും ജനിക്കുന്ന സാഹചര്യവും ,അച്ഛൻ അമ്മ രണ്ടപേരുടെയും സ്വഭാവവും ,കുടുംബത്തിലെ സാമ്പത്തികനില എന്നിങ്ങനെ പലകാരണങ്ങൾ മനുഷ്യനിൽ പലതരം മാറ്റങ്ങൾ

വരുത്തും. ഒരു ക്ലാസിൽ ഉള്ള എല്ലാകുട്ടികളും വ്യത്യസ്തരാണ്. അപ്പോൾ ഇവരിൽ അറിയുവാനുള്ള താല്പര്യവും വ്യത്യസ്തമാണ്. ഈ അറിയുവാനുള്ള താല്പര്യം ഭക്തിയോടെയും നല്ലതിനും വേണ്ടിയാകുമ്പോൾ അവൻ ദൈവതുല്യമുള്ള ഒരു മൈൻഡ് ഫ്രീക്വൻസിയിൽ എത്തുന്നു. എന്നാൽ ഭക്തിയില്ലാത്ത, പെൺ ആശയിൽ മുഴുകി ,ബന്ധങ്ങളെ നോക്കാതെ അറിവിനായി ശ്രമിക്കുന്നവൻ സാത്താനുതുല്യമാക്കുന്നു. അറിവ് നേടുന്നതും അറിവില്ലൂടെ നമ്മുടെ സംസ്കാരത്തെ മനസിലാക്കുകയും. എല്ലാവരും ദൈവങ്ങളാണെന്നുമാനസിലാക്കി അവരിലെ അറിവില്ലുള്ള വിത്യാസം മനസിലാക്കി എല്ലാവരെയും തുല്യമായി, എല്ലാ ജീവനും സ്വന്തമെന്നു മനസിലാക്കി അറിയാൻ ശ്രമിക്കുന്നവൻ ഒരു നേതാവായിരിക്കും. വിദ്യ എന്നത് ശരീരത്തിൽ ഉള്ളില്ലുള്ള ചൈതന്യത്തെ മനസിലാക്കി ഈ ലോകത്ത് ഒന്നും നിത്യമായി ഉള്ളവയല്ലനും, നീയും ഞാനും ഈ ഭ്രമിയില്ലുള്ള എല്ലാം പരിണാമത്തിലൂടെ നശിക്കുവാൻ ഉള്ളവയാണ്. നിത്യമായത് ഈ ലോകത്ത് ഒന്നും ഇല്ല. മരിക്കുന്നത് വരെ ഉള്ള ചുരുങ്ങിയകാലം എല്ലാവർക്കും സന്തോഷം കൊടുത്താൽ നല്ലത്.

ബിഗ് ബാംഗ് (മഹാവിസ്ഫോടനം)

ഈ പ്രപഞ്ചത്തിന്റെ ആരംഭം ബിഗ് ബാംഗ് ലൂടെ ഉണ്ടായി എന്നാണ് ശാസ്ത്രലോകം ഇതുവരെ ഉള്ള കണ്ടുപിടുത്തങ്ങൾ വഴി മനസിലാക്കിയിരിക്കുന്നത്. എന്നാൽ ശാസ്ത്രജ്ഞർ ഇപ്പോളും അതിൽ സംതൃപ്തി കിടാതെ പഠിച്ചുകൊണ്ടിരിക്കുകയാണ്. എല്ലാം നിർവചിക്കുവാൻ കഴിയാത്ത പക്ഷം സയൻസ് എന്നതും പൂർണതയില്ലാത്ത ഒന്നായി ഇപ്പോളും നിലനിൽക്കുന്നു. ഹിന്ദു സംസ്കാരത്തിൽ വെക്തമായി പ്രപഞ്ച ആരംഭത്തെക്കുറിച്ച് പറഞ്ഞു തന്നിട്ടുണ്ട്. ഇതുവരെ മനുഷ്യൻ കണ്ടെത്തിയതെല്ലാം ഇതിന്റെ ഒരു

ശതമാനം മാത്രമാണ്.കാരണം ശാസ്ത്ര പഠനങ്ങളെല്ലാം പ്രപഞ്ചത്തിൽ 67%ഡാർക്ക് എനർജിയും ,28%ഡാർക്ക് മാറ്ററും 5% മാറ്റർ നിലനിൽക്കുന്നു എന്ന മാത്രമാണ് ശാസ്ത്ര പഠനം വന്നനിൽക്കുന്നത്.ഇവയുടെ എല്ലാം ആരംഭം തൊട്ട് ഹിന്ദു സംസ്കരത്തിൽ വിവരിക്കുന്നുണ്ട്. ശിവതനിമയിൽ നിന്നും ദേവിയുണ്ടായി ശാസ്ത്രം ഇതിനെ തന്നെ വേറെ പേരുകളിൽ പറയുകയും പഠിക്കുകയും ചെയ്യുന്നു.ഡാർക്ക് എനർജി യിൽ നിന്നും ഡാർക്ക് മാറ്റർ ഉണ്ടാകുകയും ഈ ഡാർക്ക് മാറ്റർ വികസിച്ച് മാറ്റർ ഉണ്ടാകുകയും ഈ മാറ്ററിലേക്കുള്ള വികാസം ബിഗ് ബാംഗ് ആയി ആധുനികയുഗം പഠനങ്ങളുടെ എല്ലാം ആരംഭമായികാണുകയും.ബിഗ് ബാംഗ് എന്ന പേരുകൊട്ടത്ത് ഇവിടെനിന്നു ആരംഭമായികാണുകയും ചെയ്യുന്നു. .ശിവലിംഗം ഈ പ്രപഞ്ചത്തിന്റെ മൊത്തത്തില്ലുള്ള രൂപത്തിന്റെ പ്രധികമാണ്.എന്നാൽ പ്രപഞ്ചത്തിന്റെ ആദ്യകാലങ്ങളിൽ ഇപ്പോൾ നമ്മൾ കാണുന്ന ശിവലിംഗം പോലെ ആയിരുന്നില്ല.ഒരു വിളക്കിലെ തി പോലെ ശിവതനിമ ആദ്യം ആ രൂപത്തിൽ നിറയുകയും അതിന്റെ പകുതിക്കതാഴെയായി ദേവി അഥവ ഡാർക്ക് മാറ്റർ ഉണ്ടാകുകയും.ഈ ഡാർക്ക് മാറ്ററിന് മാസ് ഉള്ളതുകൊണ്ട് ഉണ്ടായ ഭാഗത്തുനിന്നും താഴേക്ക് വികസിക്കുകയും അവിടെ നിന്നും വികസിക്കാൻ കഴിയാത്ത പക്ഷം അവ പുറത്തേക്ക പടരുകയും അവിടെ നിന്നും ശിവനും,ദേവിയും (പ്രൊട്ടോൺ ,ന്യൂട്രോൺ)മാത്രമായിരുന്നത് വികാസത്തിലൂടെ ശിവനിൽ നിന്നും ഒരു എനർജി ഉണ്ടാകുകയും അതിനെ വിഷ്ണുവായി കാണുകയും. ഈ മൂന്നഗ്ഗുണങ്ങൾ ഒന്നായി ഒരുകാണികയാക്കുകയും അതിനെ ആറ്റം എന്നുവിളക്കുകയും ഈ ആറ്റം നാം ഇന്നുകാണുന്ന ലോകത്തിലേക്ക് പരിണാമം മൂലം വന്നെത്തുകയും ചെയ്തു.ഒരു ആറ്റത്തിൽ ഉള്ളതുതന്നെയാണ് ഈ പ്രപഞ്ചം മുഴുവനും നിലനിക്കുനത്.ബിഗ് ബാംഗ് ന് മുമ്പുണ്ടായവയെ നമുക്ക് ഇന്ന് മനസിലാക്കുവാൻ കഴിയുകയില്ല കാരണം നാം മനസിലാക്കിയവയും

,പഠിക്കുന്നവയും ആറ്റം എന്ന ഒന്നിനെകുറിച്ചാണ്. എന്നാൽ അതിന് മുൻപ് ന്യൂട്രോണം ,പ്രോട്ടോണം മാത്രമാണ് അവ നമുക്ക മനസിലാക്കണം എങ്കിൽ ഇന്നുള്ള പഠനം അത്രയ്ക്ക് വളരണം.ഹിന്ദു സംസ്കാരം എങ്ങനെ ഇത് മനസിലാക്കി എന്നതിലാണ് നമ്മുടെ ഇന്നുള്ള ശാസ്ത്രത്തേക്കാളും ആദ്യകാലത്തുള്ള ശാസ്ത വളർച്ച എത്രമാത്രമാണ് എന്ന മനസിലാകുന്നത്.

ശിവൻ എന്ന സന്തുലനം ജീവിതത്തിൽ

ഈ പ്രപഞ്ചം നിലനികുന്നത് ഒരു കണക്കിനെ ആശ്രയിച്ചാണ്.ഈ കണക്ക് പ്രപഞ്ചത്തിൽ ജീവിക്കുന്ന എല്ലാത്തിനും ഒരുപോലെ ബാധകമാണ്.സന്തുലനം എന്നത് എല്ലാ തലത്തിലും നിലനിൽക്കുന്നുണ്ട്.ഈ ഭൂമിയിൽ ജീവിച്ചിരുന്ന മനുഷ്യർ അതുമനസിലാക്കി നമുക്ക് തന്നതുകൊണ്ടാണ് നാം എല്ലാം ഭൂമിയിൽ ജീവിക്കുന്നത്.ഇവിടെ വിഷമുള്ളതും ശരീരത്തെ നശിപ്പിക്കുന്നതുമായ വസ്തുക്കൾ നിലനിൽക്കുന്നുണ്ട് അതുപോലെ ശരീരത്തിനനുയോജ്യമായയും നിലനിൽക്കുന്നു നമുക്കാവശ്യമുള്ളത് നാം കണ്ടെത്തിയതുകൊണ്ടാണ് നാം ഇന്ന് നിലനിൽക്കുന്നത്.ഈ പ്രപഞ്ചത്തിൽ എല്ലാം നിലനിൽക്കുന്നു നമുക്കാവശ്യമുള്ളവ നാം കണ്ടെത്തുക മാത്രമല്ല ചെയ്തത് നാം ആ കണക്കനുസരിച്ച് മാറ്റുകയാണ് ചെയ്തത്.ഇതുപോലെ നമ്മുടെ ശരീരത്തിനും അവശ്യം ശാന്തമായിട്ടുള്ള ഒരു മനസാണ് കാരണം ചിന്തകളിലാത്ത അവസ്ഥയിൽ ശരീരം ഈ പ്രപഞ്ച നിയമത്തിൽ ലയിക്കുകയും ശരീരത്തിന്റ എല്ലാ പ്രവർത്തനങ്ങളും കൃത്യമായ കണക്കിൽ നടക്കുന്നു.എന്നാൽ ഇന്ന് എല്ലാ മനുഷ്യരും ചിന്തകളിൽ കുടുങ്ങി ജീവിക്കുന്നു.ചിന്തിക്കുമ്പോൾ

ചിന്തകൾക്കനുസരിച്ച് ഇമോഷൻസ് മാറിമാറി വരുകയും അവ ശരീരത്തിന് അത്ര നന്നല്ല. നമ്മൾ ചെയ്യുന്ന പ്രവർത്തികളിലും സന്തുലനം നിലനിൽക്കുന്നുണ്ട്. അതുകൊണ്ടാണ് നമ്മുടെ എല്ലാം പൂർവികർ പലതരം മതങ്ങളില്ലൂടെ നമുക്കറിവുകൾ തന്നത്. അമ്മ, അച്ഛൻ എന്നത് നമ്മുടെ എല്ലാം ഒരു ഇമോഷൻ ആണ്. എന്നാൽ എല്ലാ ഇമോഷനും അതിന്റെതായ പ്രാധാന്യം ഇന്നുള്ളവർ കൊടുക്കാറില്ല. നമ്മൾ ശീലിക്കുന്നത് നമ്മുടെ സ്വഭാവമാകും. നമ്മൾ ഓരോ വ്യക്തികളില്ലും കൊടുക്കുന്ന ഇമോഷൻ വ്യത്യാസമാണ്. ഇഷ്ടമുള്ള വ്യക്തിയെ കാണുന്നതുപോലെ അല്ല ഇഷ്ടം അല്ലാത്തവരെ കാണുമ്പോൾ ഉണ്ടാകുന്നത്. എല്ലാം നമ്മുടെ മനസിലാണ് ഉണ്ടാകുന്നത്. നമ്മൾ ചെയ്യുന്ന പ്രവർത്തികളിൽ സന്തുലനം ഉണ്ടാകണം എന്നതുകൊണ്ടാണ് പലരാജ്യങ്ങളും നിയമം എന്ന ഒന്നുണ്ടാക്കുകയും നമ്മളെ ശീലിപ്പിക്കുകയും ചെയ്തിരിക്കുന്നത്. എന്നാൽ നിയമങ്ങൾ എല്ലാം സന്തുലനമല്ല കാരണം പലരും പല സംസ്കാരങ്ങളിൽ ജീവിക്കുന്നു.

മനുഷ്യൻ

ലോകത്ത് പ്രകൃതി കണ്ടുപിടിച്ച ഏറ്റവും എഫക്റ്റീവ് അയ യന്ത്രം.പലതരം കെമിക്കലുകളുടെ ഒരു കൂട്ടമാണ് മനുഷ്യൻ.എന്നാലും കാണുവാനും ,കേൾക്കുവാനും,മിണ്ടുവാനും,മനസിലാക്കുവാനും ,ചിന്തിക്കുവാനും മനുഷ്യനു സാധിക്കുന്നു.എല്ലാ മനുഷ്യനും കഷ്ടപ്പെട്ട് ജീവിച്ച് മരിക്കുന്നു കാരണം ജനിച്ചാൽ ഒരുനാൾ മരിക്കും.ജനനം മരണം എന്നതിനിടക്കുള്ള കാലം മനുഷ്യനു കഴിയുന്നതെല്ലാം ചെയ്യുകൊണ്ടിരിക്കുന്നു.അവൻ ഇമോഷനിലൂടെ ബന്ധങ്ങൾ സൃഷ്ടിച്ച് ഒരു വട്ടത്തിൽ ഒതുങ്ങി ജീവിക്കുന്നു.എല്ലാ മനുഷ്യരിലും ഇമോഷൻ എന്നത് ഒരുപോലെ ആണ് എന്നാൽ അവയുടെ ബാലൻസ് ചെയ്യാനുള്ള കഴിവ് പലർക്കും വ്യത്യസ്തമാണ്.എല്ലാ മനുഷ്യരും ജനിക്കുന്ന സാഹചര്യങ്ങളും,അവരുടെ ശീലങ്ങളും വ്യത്യസ്തമാണ് അനുഭവങ്ങൾ മനുഷ്യനെ നന്മയുള്ള മനുഷ്യനാക്കുന്നു.ഒരു കുട്ടി ജനിക്കുമ്പോൾ മുതൽ അവൻ നേടുന്ന അറിവിന് അനുസരിച്ചാണ് അവനെ മനുഷ്യനെന്ന തിരിച്ചറിവുള്ള ആളാക്കിമാറ്റുന്നത്.ഈ യന്ത്രത്തിൽ എന്തുകാര്യം കൊടുക്കുന്നു എന്നതിനനുസരിച്ചാണ് അവ പ്രവർത്തിക്കുന്നത്.കഷ്ടതകളും ,ബുദ്ധിമുട്ടുകളും ഉണ്ടാകുമ്പോൾ അവയെ പോലും ചിന്തകൾകൊണ്ടും,അറിവുകൊണ്ടും മനുഷ്യൻ മാറികിടക്കുന്നു.നല്ല ചിന്തകൾ മനുഷ്യനെ നല്ലതിലേക്ക പ്രേരിപ്പിക്കും,ശീലങ്ങൾ മനുഷ്യനിൽ മാജിക് എഫക്റ്റ് കാണിക്കുന്നു എന്തുവെച്ചാൽ നമ്മൾ ശീലിക്കുന്നത് കുറെ നാളുകൾക്ക് ശേഷം നമ്മൾ പോലും അറിയാതെ വെക്തമായി ചെയ്യുവാൻ കഴിയുന്നു.എന്തുകാര്യം ശീലിക്കുന്നതുപോലെയാണ് വരുന്നത്.അപ്പോൾ എല്ലാ നല്ല

ശീലങ്ങളും നിർബദ്ധമായി ശീലിക്കണം .കാരണം എല്ലാവർക്കും സന്തോഷത്തോടെ ജീവിക്കണമെങ്കിൽ ഒര പോലെ ഉള്ള നിയമങ്ങൾ പാലിച്ചെ മതിയാവൂ.ഈ നിയമങ്ങൾ നമ്മുടെ പൂർവികർ സനാതനധർമ എന്ന ഒന്നില്വടെ എല്ലാ മനുഷ്യരുടെയും ഇമോഷനെ ബാലൻസിലാക്കി എല്ലാ മനുഷ്യനെയും സഹോദരി ,സഹോദരൻ എന്നി ഇമോഷൻ കൊട്ടുത്തു അവയെ ശീലിക്കാൻ നമ്മുടെ സംസ്കാരം പ്രേരിപ്പിക്കുന്നത്.എല്ലാ മനുഷ്യരില്വും ശരീരം നിലനിക്കുനത് ഒരു കണക്കിന്റെ അടിസ്ഥാനത്തിലാണ്.ഇമോഷനും ഒരുപോലെ ആണ് എന്നാൽ സാഹചര്യം കൊണ്ട് നേടുന്ന അറിവും ,അനുഭവങ്ങളും വ്യത്യസ്തമാണ് എല്ലാ മനുഷ്യരും വ്യത്യസ്തരാണ്.

സന്യാസിമാർ

സന്യാസം മനോനിലയിൽ ഏറ്റവും ഉയർന്നതലം.സന്യാസം എന്നത് ഒരു മതത്തെയും ബന്ധപ്പെട്ടുത്തി ഉള്ളവയല്ല.മനുഷ്യന് ഏറ്റവും അവശ്യം ശാന്തമായ ഒരു മനസാണ് അത് മനസിന്മാത്രമല്ല ശരീരത്തിനും അത് ആവശ്യമാണ്.ഈ ശാന്തമായ മനസ് സാധാരണ മനുഷ്യർക്ക് കിട്ടുന്നതിന് ഇന്ന് യോഗവരെ ആധുനിക യുഗം എത്തിയിട്ടൊള്ള. എന്നാൽ യോഗയും ഒരു ചെറിയ സമൂഹത്തിൽ ഒതുങ്ങി നിൽക്കുന്നു.എന്നാൽ

സന്യാസം എന്നത് നമ്മുടെ ബ്രയിനില്ലുള്ള എല്ലാ അറിവുകളും ഓരോ സെക്കൻഡിൽ നമ്മുടെ ചിന്തകളെ എഫക്ട് ചെയ്തുകൊണ്ടിരിക്കുന്നു. നമ്മുടെ ചിന്തകളാണ് നമ്മുടെ പ്രവർത്തിയാകുന്നത്. ഈ ചിന്തകൾ പതിയെ കുറച്ച് അറിവിനെ നിയന്ത്രിച്ച് , ഇമോഷനെ ബാലൻസിലാക്കി ജീവിക്കുന്നവരാണ് സന്യാസിമാർ . എല്ലാ ജീവജാലങ്ങളും ദൈവാംശം കൊണ്ട് ഉണ്ടായവരാണേൽ അതിലെ ദൈവത്തിന്റെ മനോനിലയിൽ ജീവിക്കുന്നവരാണ് സന്യാസിമാർ. എന്നാൽ നമ്മുടെ ജീവിത ശൈലി മാറിയതോടെ എല്ലാം പതിയെ മാറിത്തുടങ്ങി. കഥകളെയൊക്കെ നിയന്ത്രിച്ച് ഒന്നും ഇല്ലായിമയിൽ ലയിച്ച് ഒരു ചിന്തകളും ഉണ്ടാകാതെ ജീവിതത്തെ ഒരു പ്ലാനിങ്ങും ഇല്ലാതെ എല്ലാം വിശ്വസിക്കുന്ന ദൈവത്തിൽ അർപ്പിച്ച് ജീവിക്കുന്നവരാണ് യഥാർത്ഥ സന്യാസിമാർ. എന്നാൽ ഇന്നുള്ളവരെല്ലാം. നല്ലതല്ലെന്ന് നമുക്ക് പറയാൻ കഴിയുകയില്ല കാരണം ഓരോരുത്തരും സന്യാസം എന്നതിലേക്കുവരുന്നത് ജീവിതത്തിൽ ഏറ്റവും കഷ്ടതകളുള്ളതും, എല്ലാ മനുഷ്യനും ജീവിക്കുന്ന ജീവിത ശൈലിയിൽ നിന്നും മാറി എല്ലാ ഇമോഷനകളെയും നിയന്ത്രിച്ചാണ്. എന്നാൽ ഇന്നുകാലത് പലരും ജീവിതമാർഗമായി ഇത് ഉപയോഗിച്ച് പോരുന്നു. ഈ അവസ്ഥകളിലേക്ക മനുഷ്യൻ മാറിയത് പണം എന്ന ഒന്ന് വിശ്വാസത്തിൽ കയറിയതുകൊണ്ടാണ്. എന്നാൽ മനുഷ്യൻ മനസിലാക്കാത്ത ഒന്നുണ്ട് പണത്തിനും മുൻപ് ദൈവം ഭൂമിയിൽ ഉണ്ടായിരുന്നു. വിശ്വസിക്കുന്നർ ഉണ്ടാകുമ്പോൾ വിശ്വാസത്തിന് വിലക്കൂട്ടം. എല്ലാവരും അവരവരുടെ പ്രവർത്തികളുടെ അടിസ്ഥാനത്തിലാണ് ജീവിച്ചപോകുന്നത് അതുകൊണ്ട് നമ്മുടെ വിശ്വാസം യഥാർത്ഥമായതാകണം. യഥാർത്ഥ സന്യാസിമാർ ഈ ലോക ഇച്ഛകളിൽ നിന്നും മാറിനിൽക്കുന്നവരായിരിക്കും. അവർക്ക് ഭൂമിയിൽ നേടാൻ ഉള്ളത് മോക്ഷം എന്ന മനോനിലമാത്ര മായിരിക്കും.

പുരുഷൻ

ഈ ഭൂമിയിൽ നിലനിൽക്കുന്ന എല്ലാ ജീവജാലങ്ങളിലും പൊതുവായി ഉള്ള ഒന്നാണ് പുരുഷൻ, സ്ത്രീ ഗുണം എന്നാൽ ഇവ രണ്ടും വിത്യസ്ഥങ്ങളാണ്. ഒന്നില്ലതെ മറ്റൊന്ന് ഉണ്ടാകുകയില്ല ഇവ രണ്ടും ഒന്നായി നിന്ന് ഈ പ്രവഞ്ചത്തെ പരിപാലിക്കുന്നു. പുരുഷൻ എന്നത് ഈ പ്രകൃതിയുടെ കണക്കിൽ നിന്നും ഉണ്ടയിട്ടുള്ളവയാണ്. ഈ പ്രപഞ്ചം നിലനിൽക്കുന്നത് ഒരു കണക്കിന്റെ അടിസ്ഥാനത്തിലാണ് ഈ കണക്കിനെ പരിപാലിക്കുന്നത് പുരുഷനാണ്. സ്ത്രീയും പുരുഷനും വിത്യസ്തമായ ഗുണങ്ങളാൽ നിർമിക്കപ്പെട്ടവയാണ്. എന്നൽ ഈ ഗുണങ്ങൾ പരസ്പരം അകർഷിക്കുനവയാണ്. പുരുഷൻ എന്നത് സ്ത്രീയുടെ ഒരു ഭാഗമാണ് എന്നൽ പുരുഷ ഗുണത്തിൽ നിന്നുമാണ് എല്ലാം ഉണ്ടായത്. ഓരോ പുരുഷനും പ്രകൃതിയുടെ നിയമത്തെ കാക്കാൻ പിറന്നവരണ്. പ്രകൃതി എന്നത് സ്ത്രീ ഗുണമാണ്. എല്ലാ മനുഷ്യരിലും അവരവർ ഉണ്ടാകുന്ന നിയമങ്ങളിൽ ജീവിക്കുന്നു എന്നൽ നമ്മളെല്ലാം പ്രകൃതിയുടെ കണക്കിൽ ഉൾപ്പെട്ടിരിക്കുന്നു. കാരണം ഭൂമിയുടെ കറക്കം നിലച്ചാൽ ഇവിടെ ജീവൻ നിലനിൽക്കുകയില്ല. പ്രകൃതിയുടെ ഭാഗമായ നമുക്കും ജീവിക്കാൻ പ്രകൃതി ചില നിയമങ്ങൾ വെച്ചിട്ടുണ്ട്. എത്ര

വിഷമം ഉണ്ടായാല്യം ,സന്തോഷമുണ്ടായാല്യം ചിന്തകളെ മാറ്റിയാൽ ഇവരണ്ടും ഒരുനിമിഷം നമ്മളാൽ മാറ്റവാൻ കഴിയും. നമ്മളിൽ ഉള്ള അറിവാണ് നമുക്ക് നല്ലതിനെ തിരിച്ചറിയാൻ സഹായിച്ചത്. അറിവ് എന്നത് പ്രകൃതിയുമായി ഇണങ്ങി ജീവിക്കുനതിനുള്ളതാണ്. അറിവാണ് മനുഷ്യനെ മറ്റു ജീവികളിൽ നിന്നും വ്യത്യസ്തമാക്കുന്നത്. പ്രകൃതിയിൽ എല്ലാം നില നിൽക്കുന്നത് ഒരു കണക്കിന്റെ അടിസ്ഥാനത്തിലാണ്. ഈ നിയമത്തെ പരിപാലിക്കവാൻ നിയോഗിക്ക പെട്ടവരാണ് പുരുഷൻ

സയൻസ്

ഇന്നുവരെ പരിണാമത്തിലൂടെ മനുഷ്യൻ കണ്ടുപിടിച്ചുട്ടുള്ളതെലാം സയൻസിൽ പെടുന്നു.എന്നാൽ ഈ സയൻസ് പരിണാമത്തിലേക്കാൾ ഇന്നു വളർന്നിരിക്കുന്നു.കാരണം ആദ്യകാലങ്ങളിൽ മനുഷ്യനു് ആവശ്യമുള്ള സാധനങ്ങൾ മാത്രമായിരുന്നു നിർമിച്ചുകൊണ്ടിരുന്നത് എന്നാൽ മനുഷ്യനിൽ ചിന്തയും,ഓർമശക്തിയും കൊണ്ട് വരാൻപോകുന്ന കാലത്തേക്ക് ആവശ്യമുള്ളവയും അവൻ നിർമിക്കുവാൻ തുടങ്ങി അങ്ങനെ കാലത്തിന് അതീതമായി മനുഷ്യൻ ചിന്തിച്ചുതുടങ്ങി.ഈ കണ്ടുപിടുത്തങ്ങൾക്ക് അപ്പറത്തൊള്ള ഒരുകാര്യം ഉണ്ട് ഇന്നുവരെ കണ്ടുപിടിച്ചുട്ടുള്ളതും ഇനി കണ്ടുപിടിക്കാനുള്ളതും ഈ ലോകത്ത് തന്നെ നില നിന്നിരുന്നവയാണ് ഇവയൊന്നും പുതിയതായി സൃഷ്ടിക്കുവാൻ ആരാലും കഴിയുകയില്ല.നമ്മുടെ അറിവിൽ വരുന്നതും നമ്മൾ അറിയാൻ ശ്രെമിക്കുന്നവയും മാത്രമാണ് നമ്മൾ അറിഞ്ഞട്ടൊള്ള. സയൻസ് എന്നുപറയുമ്പോൾ വെക്തമായി തെളിയിക്കേണ്ടവയാണ്. അതിനാൽ തന്നെ സയൻസിനപ്പുറമുള്ളവയെ നമുക്ക് ചിന്തിക്കാൻകൂടി തോന്നുകയില്ല. എന്നാൽ ഇങ്ങനെ സയൻസിനപ്പുറമുള്ള ചിന്തകളാണ് ഇന്നുള്ള സയൻസ് ആയിമാറിയത്.ഈ

ലോകത്തുള്ള മനുഷ്യർ എല്ലാം നിർമിച്ചിരിക്കുന്നത് പലതരം മൂലകങ്ങൾ കൊണ്ടാണ്. ഈ മൂലകങ്ങൾ പലതരം ഗുണങ്ങൾ ഉള്ളവയാണ് ഈ ഗുണങ്ങളെ ഒന്നായി നിർത്തി അവയില്ലൂടെ അടുത്തസൃഷ്ടിക്കുള്ള കാരണവും ഉണ്ടാകുന്നു. കണ്ടം പിടുത്തങ്ങളെല്ലാം താമസിച്ച് എത്തുന്ന അറിവുകളാണ്. നമ്മൾ ഉപയോഗിക്കുന്ന പല ഉപകരണങ്ങളും എങ്ങനെ പ്രവർത്തിക്കുന്നു എന്നുള്ളത് നമുക്ക് പലർക്കും അറിയില്ല എന്നാൽ അവയൊക്കെ നമ്മൾ ഉപയോഗിക്കുന്നു. കോടിയിൽ ഒരാളുടെ തലയിൽ ഉണ്ടാകുന്ന പലചിന്തകളാണ് മനുഷ്യനെ വേറെ തലത്തിൽ എത്തിച്ചിരിക്കുന്നത്. ഇവരൊന്നും അത്ഭുതങ്ങൾ കാണിക്കുന്നവരായിരുന്നില്ല. ഇവരുടെ ഉള്ളിൽ ഉണ്ടാകുന്ന ചോദ്യങ്ങൾക്ക് ഉള്ള ഉത്തരങ്ങൾ അവർ കണ്ടെത്തി. ഏതുകാര്യത്തെക്കുറിച്ച് അറിയണം എന്ന് മനുഷ്യൻ തിരുമാനിച്ചാൽ ആകാര്യം ഒരുനാൾ അവരെത്തേടിവരും കാരണം പ്രകൃതിയുടെ നിയമങ്ങൾ അങ്ങനെ ആണ്. സയൻസിലുള്ള ഓരോ കണ്ടുപിടുത്തങ്ങൾ നടത്തിയവരും എല്ലാം തികഞ്ഞവരല്ല എന്നാൽ അവർ ചിന്തിക്കുന്ന മേഖലകളിൽ കൂടുതൽ അറിവുള്ളവരായിരുന്നു. മനുഷ്യരെല്ലാം വ്യത്യസ്തരാണ്.

പണം എന്ന പുതിയ സംസ്കാരം ജീവിതത്തിൽ വരുത്തുന്ന മാറ്റങ്ങൾ

സമ്പത്ത് എന്നത് ഇന്ന് എല്ലാം ആയിരിക്കുന്ന കാരണം ഈ ലോകത്ത് സമ്പത്ത് എന്നത് ഒരു പുതിയ സംസ്കാരത്തെ രൂപപെടുത്തിയിരിക്കുന്നു. മനുഷ്യ ജീവിതം ഇന്ന് ബിസിനസ് പോലെ ആയിരിക്കുന്നു. കാരണം ഇന്ന് ബന്ധങ്ങൾ എന്നത് ഏതേലും രീതിയിൽ നാളേക്ക് നമ്മൾക്ക് ഉപകാരമുള്ളവരെ കൂടുതൽ സ്നേഹിക്കുന്നു. പണമില്ലാത്തവനെ സ്നേഹിക്കനോ ബഹുമാനിക്കാനോ ഇന്നാർക്കും കഴിയുന്നില്ല. നമ്മൾ എല്ലാം കൊറോണ വന്നപ്പോൾ നമുക്ക് വരുമെന്നാരും വിശ്വസിച്ചില്ല എന്നാൽ അവ നമ്മളെല്ലാം ചിന്തിക്കുന്നതില്യം മുൻപ് നമ്മളിലെത്തി അതുപോലെ സംസ്കാരം എന്നതും മാറി പുതിയ സംസ്കാരം നമ്മളെ നാമറിയാതെ മാറ്റുന്നു. ഈ ലോകത്ത് അറിവുണ്ടാണ് വിചാരിക്കുന്ന വികസിത രാജ്യങ്ങളിലാണ് ഏറ്റവും അക്രമങ്ങളും ,യുദ്ധവും നടക്കുന്നത്.പണം ഉള്ളവൻ അവന്റെ നേരം പോക്കിന് മറ്റുള്ളവരുടെ ജീവിതം വെച്ചുകളിക്കുന്നു. കുട്ടികൾ മരിച്ചാല്യം ,അമ്മമാർ കൊല്ലപ്പെട്ടാല്യം അവരിൽ വിഷമം ഇല്ല കാരണം ബന്ധങ്ങൾ ഇന്ന് ബിസിനസ് പോലെ ആയിരിക്കുന്നു. പണം ഇല്ലാത്തവർ ഭൂമിയിൽ അനുഭവിക്കുന്ന ബുദ്ധിമുട്ടുകൾ നമ്മുടെ ഹിസ്റ്ററിയിൽ പുതിയതൊന്നുമല്ല. കാരണം ആദ്യകാലങ്ങളിൽ മതമായിരുന്നു പിന്നീട് നിറമായി അതും മാറി ഇന്ന് പണത്തിൽ എത്തിനിൽക്കുന്നു എന്നാൽ ഇന്നുള്ളവർ അറിവുകൾ നേടിയവരാണ് എന്നാല്യം ഈ അറിവും ,വിവേകവും,സ്നേഹവും ,ആത്മാർത്ഥതയും ,പ്രണയവും ഒക്കെ ഇന്ന് ബിസിനസ് ആയിമാറിയിരിക്കുന്നു .സ്ത്രീകൾ പണമുള്ളവരെ ജീവിതത്തിൽ നേടാൻ ആഗ്രഹിക്കുന്നു.എന്നാൽ നല്ലമനസും നല്ല സ്വാഭാവവും ആയിരുന്ന ആദ്യകാലങ്ങളിൽ ഇതിനുള്ള യോഗ്യത.പണം

എന്നത് ഒരു അപകടമോ ,ഒരു അസുഖമോ വന്നാൽ
തീരാവുന്നതാണ്.എല്ലാവരും മനുഷ്യരാണെന്നും
എല്ലാവർക്കും ആഗ്രഹം ഉണ്ടന്നും ,പലരും വിത്യസ്ത
കഴിവുകളുള്ളവരാണെന്നുമെല്ലാം നമുക്കറിയാം എന്നാലും
ആരും ആരെയും സഹായിക്കാതെ
ജീവിക്കുന്നു.ഇങ്ങനെപോയാൽ ഇ ലോകം പതിയെ
നരകതുല്യമാകും.കാരണം നമ്മുടെ മനസിനും പണത്തിനും
ഒരു ബന്ധവും ഇല്ല.സന്തോഷം എന്നത്
പണത്തിനനുസരിച്ചല്ല.പണമുള്ളവർക്ക് സന്തോഷം കൂടുതൽ
ഉണ്ടന്ന് വിചാരിക്കുന്ന പാവപ്പെട്ടവന് തോന്നുന്ന ഒരു
തെറ്റധാരണ മാത്രമാണ്.എല്ലാ മനുഷ്യർക്കും പലതരം
ഇമോഷൻസ് ഉണ്ട് അവ മാറി മാറി വരുവാൻ നമ്മൾ തന്നെ
എന്തേലും കാര്യങ്ങൾ തിരഞ്ഞെടുക്കും.എന്നാൽ കഴിക്കുവാൻ
ഭക്ഷണവും ,ഉടുക്കാൻ ഉടുപ്പം,ആശുപത്രിയിൽ ചിലവിനും
പണമില്ലാതെ കഷ്ടപ്പെടുന്നവർ കൂടിവരുന്നത് നമ്മുടെ
സംസ്കാരം മാറി പോയെന്നതിന്റെ ഉദാഹരണം
തന്നെയാണ്.എല്ലാ ജീവജാലങ്ങളും ഭൂമിയിൽ
സന്തോഷത്തോടെ ജീവിക്കുവാൻ
ആഗ്രഹമുള്ളവരാണ്.എന്നാൽ എല്ലാവർക്കും അതു
കിട്ടിയെന്നുവരില്ല.നല്ല മനസ്സുള്ളവർ സഹായിച്ചാൽ
തീരാവുന്ന പ്രിശ്നങ്ങളാണ് ഇന്ന് കൂടുതൽ ഉള്ളത്.എല്ലാവരും
ദൈവങ്ങളാണ് മറ്റളവക്ക ആവശ്യങ്ങളിൽ സഹായിക്കുക
എന്നത് നമ്മുടെ ജന്മഗുണമാണ്.എല്ലാവർക്കും
കോടിശ്വരനാകാൻ കഴിയുകയില്ല.എന്നാൽ എല്ലാവരെയും
ഒരുപോലെ മനോനിലയിൽ എത്തിക്കുവാൻ കഴിയും
സനാതനധർമ്മ അതിനുള്ള മാർഗമാണ്. നമ്മുടെ പൂർവികർ
തന്ന സനാതനധർമ്മ എന്നാ സംസ്കാരം അറിവും
,പ്രകൃതിയോട് ഏറ്റവും ഇണങ്ങിജീവിക്കുന്ന
ജീവിതരീതികളായിരുന്നു. നമ്മുടെ പുതിയ സമൂഹം ഓടുന്നതും
അവസാനം വന്നുനിൽക്കുന്നതും ഏറ്റവും ചെറിയ
കണികയിലേക്കും കാലം കഴിയുമ്പോൾ അവിടന്നും
ഒന്നുമില്ലായിമയിൽ ലോകം പഠനം വന്നെത്തും മനുഷ്യൻ

എത്ര ശ്രമിച്ചാല്യം അറിവ് അഥവാ എല്ലാം ഉൾകൊള്ളുന്ന ഒരു പ്രവഞ്ചം അതാണ് നമ്മുടെ ലോകത്തിന് പഠനത്തിലൂടെ മനസിലാക്കാൻ കഴിയൂ. എന്നാൽ പണമുണ്ടാക്കിയ പുതിയ സംസ്കാരം നമ്മളെ ഉന്നതിയിലേക്ക് കൊണ്ടുപോകുന്നുണ്ട് എല്ലാവരും ജീവിത രീതികളിൽ മെച്ചപ്പെട്ടിട്ടുണ്ട്. എല്ലാ വീട്ടില്യം സ്വപനം കണ്ട പലതും മേടിക്കുവാൻ എല്ലാവർക്കും ഇന്നു കഴിയുന്നുണ്ട്. എന്നാൽ പണം എന്ന ഒന്നുകൊണ്ടുള്ള ഉന്നതി മാത്രം മതിയോ മനുഷ്യന്. ഈ സംസ്കാരം രൂപം കൊണ്ടിരിക്കുന്നത് പണത്തിന്റെ

അളവിനനുസരിച്ചാണ്. പണമുള്ളവൻ തോന്നുന്നതൊക്കെ ചെയ്യുന്നു. പണമില്ലാത്തവൻ ഉള്ളവനെ പോലെ ആകാൻ ശ്രമിക്കുന്നു. തോന്നിയതുപോലെ ജീവിക്കുക എന്നതല്ല പ്രവഞ്ചവും മനുഷ്യനും ഇണങ്ങി ജീവിക്കണം എന്നാലാണ് ഈ ഭൂമി നാളെയും വാസയോഗ്യമാകുകയൊള്ളൂ. എല്ലാം പണമാകുമ്പോൾ അതുണ്ടാക്കാൻ മനുഷ്യൻ എന്തുവേണേൽ ചെയ്യുന്നു എന്നാൽ നമ്മൾ മനസിലാക്കാത്ത ഒന്നുണ്ട് നമ്മുടെ ഉള്ളില്യള്ള ഞാൻ എന്ന അറിവിനെ നല്ലതില്യടെ ശീലിപ്പിച്ച് നല്ലതിലേക്ക നയിച്ചില്യേൽ ഈ സമൂഹം നശിക്കും. നമ്മുടെ ഉള്ളിലാണ് സന്തോഷവും സങ്കടവും

നിലനിൽക്കുനത്. നമസ് എന്നത് ആഗ്രഹങ്ങളുടെ പുറകെ പോകും എന്നാൽ സമാധാനം എന്നത് നമ്മൾ ശ്രമിച്ചാലേ കിട്ടുകയുള്ളൂ. പണം എന്നത് ഇന്ന് മനുഷ്യജീവിതത്തെ ബിസിനസ് പോലെ ആക്കിയിരിക്കുന്നു. ഇന്ന് എല്ലാവരും ജോലിക്കുപോകുന്നു എന്നാല്യം ആവശ്യങ്ങൾ നടക്കണം എങ്കിൽ ആരോടേല്യം കടം മേടിക്കണം. എല്ലാവർക്കും ഒരുപോലെ അല്ല എന്നാൽ കൂടുതല്യം ആളുകൾ ജീവിതത്തെ മുൻപോട്ടുകൊണ്ടുപോകുന്നത് ഇങ്ങനെ ആണ്. കടം എന്ന മഹാവിപത്താണ് മനുഷ്യനെ മൃഗം പോലെ ആക്കുന്നത് കാരണം ഇപ്പോളത്തെ ആവശ്യങ്ങൾ നടക്കുവാൻ വേണ്ടി ആരോടേല്യം കടം മേടിക്കുന്ന നമ്മൾ ചിന്തിക്കേണ്ട ഒരുകാര്യം ഉണ്ട് നമ്മളുടെ ഇപ്പോളത്തെ അവശ്യം നാളത്തെ ഓരോ മിനിറ്റില്യം നമ്മളെ ശല്യം ചെയ്യുന്ന ഒരു മഹാ രോഗം

പോലെ ആകുന്നു. നാളെ എന്നത് നമ്മളിൽ വരുമ്പോൾ ഒരുകടവും ഇല്ലാതെ വന്നാൽ മാത്രമാണ് നമുക്ക് സമാധാനം എന്നത് ഉണ്ടാകൂ. പണം എന്നത് മനുഷ്യന്റെ മനോനിലയെ മാറ്റുന്നു. ആവശ്യങ്ങൾ നിറവേറ്റുന്നതിന് ഏതുമുകേനയും ശ്രമിക്കുന്നു. ശ്രമം എന്നത് ശീലമാകുമ്പോൾ പണം കുറയുകയാണെങ്കിൽ ശീലം കടം മേടിക്കുവാൻ പ്രേരിപ്പിക്കുന്നു. കടം നമ്മുടെ മനോനിലയെ പിടിച്ച് താഴേക്കുവലിക്കുമ്പോൾ നമ്മളിൽ മാനസിക പിരിമുറുക്കം ഉണ്ടാകുന്നു. എല്ലാം കർമഫലമാണ് നമ്മൾ ചിന്തിക്കാതെയും നാളേക്ക് ജീവിച്ച് ഇരുന്നാൽ എങ്ങനെ ആകണം എന്നും മനസിലാക്കാതെ ഇന്നത്തെ സുഗത്തെ മാത്രം ചിന്തിക്കുന്നു. അവ നാളെ നമുക്ക് വലിയ വിപത്തായിമാറുന്നു. ആഗ്രഹങ്ങൾ നിറവേറ്റണം എങ്കിൽ പണം അത്യാവശ്യമാണ് . ജോലി എന്നത് ജീവിതത്തിൽ അത്യാവശ്യം ഉള്ള ഒന്നുതന്നെ. എന്നാൽ ജോലി ഒരിക്കലും കഷ്ടപ്പെട്ടുചെയ്യുന്നവയവരുത്. നമ്മൾ തിരഞ്ഞെടുക്കുന്ന ജോലിയാണ് നമ്മുടെ കുടുംബത്തിനും നമുക്കും എപ്പോളും കൂടെ ഉള്ളത്. എല്ലാ മനുഷ്യരിലും ചെറിയ കഴിവുകൾ ഉണ്ട് ആ കഴിവുകൾ പണമാക്കി മറ്റാൻ കഴിഞ്ഞാൽ അവൻ ജീവിതകം മുഴുവനും സന്തോഷത്തോടെ ജീവിക്കുവാനും അവന്റെ താല്പര്യം വർധിച്ച് അവൻ ചെയ്യുന്ന ജോലിയിൽ അവൻ ഏറ്റവും കഴിവുള്ളവനും ആകുന്നു. ഇന്ന് നമ്മുടെ പഠനം എല്ലാം നമ്മളെ ആരുടെ എങ്കിലും കിഴിൽ ജീവിതാവസാനം വരെ നിർത്താൻ പ്രേരിപ്പിക്കുന്നു. സ്വയം കഴിയാത്ത ജോലി മറ്റുള്ളവരുടെ നിർബന്ധത്തോടെ ചെയ്താൽ അവ നമ്മളെ എന്നും ഒരു ഇടത്തിൽ തന്നെ നിർത്തും. നമ്മളിലെ മനസ് അവരുടെ നിയന്ത്രണത്തിലായാൽ പിന്നെ നമ്മൾ എന്നാ ഒന്ന് നമ്മൾ ചെയ്യുന്ന ജോലിയിൽ ഒതുങ്ങിപ്പോകുന്നു. എല്ലാവരും ഒരുപോലെ അല്ല എന്നാൽ കഴിവുകളെ വളർത്തുന്നവരാണ് നാളേക്ക് നമ്മുടെ രാജ്യത്തിന്റ സമ്പത്താകുന്നത്.

ഓർമ്മകൾ

എല്ലാ മൃഗങ്ങൾക്കും ഓർമയുണ്ട് പക്ഷെ ഓർമകളിലൂടെ കഥകൾ സൃഷ്ടിക്കാനുള്ള കഴിവ് മനുഷ്യന് മാത്രമാണ് ഉള്ളത്. ഓർമ എന്നത് ശരിക്കും മനുഷ്യന് കിട്ടിയ ഒരു ആയുധം ആണ്. നിങ്ങൾ നിങ്ങളാണെന്ന് കരുതുന്നതെല്ലാം നിങ്ങളുടെ ഓർമകളാണ്. ഈ ഓർമകൾക്ക് ഒരു തുടർച്ച ഉണ്ടായാൽ മാത്രമാണ് മനുഷ്യന് ചിന്തിക്കാൻ കഴിയൂ. മൃഗങ്ങളിലും ഓർമയുണ്ട് എന്നാൽ അവ ചിന്തിക്കുകയോ പ്ലാൻ ചെയ്യുകയോ ചെയ്യുന്നില്ല. എന്നാൽ മനുഷ്യൻ ഓർമ എന്ന ആയുധം കൊണ്ട് ലോകത്തെ തന്നെ മാറ്റിമറിക്കുന്നു. ഓർമ്മയുടെ തുടക്കം ഒരു കുട്ടിയാകുമ്പോൾ തൊട്ട് അവൻ കാണുന്നതും അറിയുന്നതും വീണ്ടും വീണ്ടും കാണുകയും അറിയുകയും ചെയ്യുമ്പോൾ ഒരേ പ്രവർത്തികളുടെ ആവർത്തനം മൂലം അവന് അതിനെ കുറിച്ച് ചിന്തിക്കാൻ പഠിക്കുന്നു. മൃഗങ്ങളിലും ഓർമയുടെ ഈ സ്റ്റേജാണ് നിലനിൽക്കുന്നത്. പലപ്രവർത്തികളും ചിന്തകളും പ്രായത്തിന് അനുസരിച്ച് മാറിക്കൊണ്ടിരിക്കുന്നു. ഏത് സാഹചര്യങ്ങളാണോ അനുഭവിക്കുന്നത് അതിന് അനുസരിച്ച് ഉണ്ടാകുന്ന ഓർമകളുടെ എല്ലാഗുണങ്ങളും സ്വപാവത്തിൽ ഉണ്ടാകുന്നു. ഫ്രണ്ട് ബ്രെയിൻ ആണ് മനുഷ്യനെ മൃഗങ്ങളിൽ നിന്നും വിത്യസ്ഥമാക്കുന്നത്. ഓർമ എന്നത് എല്ലാമനുഷ്യനിലും വ്യത്യസ്തമാണ്. ഓർമയുടെ വിപരീതമായ മറവിയും ഒരു ആയുധം തന്നെ ആണ്. എല്ലാം നമുക്ക് ഓർക്കാൻ ഇഷ്ടമുണ്ടാകണം എന്നില്ല. ജീവിതത്തിൽ ഉണ്ടാകുന്ന പല വിഷമങ്ങളും ഇമോഷനോട് കൂടിയാണ് ബ്രെയിനിൽ സൂക്ഷിച്ചേക്കുന്നത്. കാലങ്ങൾ മാറുംതോറും ഓർമകളിലെ ഇമോഷൻസ് പതിയെ മറക്കുകയും ആ

പ്രശ്നത്തിൽ നിന്നും കരകയറുന്നു. ഓർമകളിലെ ഇമോഷൻസ് എല്ലാരിലും വ്യത്യസ്തമാണ് അതാണ് പലരും വിഷമങ്ങളിൽ നിന്നും കരകയറാൻ സമയം എടുക്കുന്നത്.24 മണിക്കൂറാണ് എല്ലാവർക്കും കിട്ടുന്നത് അതിൽ ചെയ്യുന്ന പ്രവർത്തികളും അതിലെ ഇമോഷൻസും ,ആ സമയത്തെ ചിന്തകളും അതിന്റെ ഇമോഷൻസും എല്ലാം ബ്രെയിനിൽ അപ്പോൾ തന്നെ സ്റ്റോർ ചെയ്യുന്നു.

ഓർമകളിലൂടെ ഉള്ള കൂടുതൽ ചിന്തകൾ മനുഷ്യന് അത്ര നന്നല്ല.എന്തിനെ കുറിച്ചാണോ ചിന്തിക്കുന്നത് ആ ചിന്തകൾക്ക് പരിണാമം സംഭവിക്കുകയും ചെയ്യുന്നു.ഓരോ മിനിറ്റിലും അനേകം ഓർമ്മകൾ ഉണ്ടാകുന്ന ഈ ഓർമകൾക്ക് അനുസരിച്ച് ഇമോഷൻസ് മാറിമാറി വരുമ്പോൾ അത് ശരീരത്തിന് അത്ര നന്നല്ല.അത് മനസിനെ ബാധിക്കുകയും വിഷ്രമഡിക്ക് കാരണം ആകുകയും ചെയ്യും.ഓർമകളെ ഓർക്കുന്നതിന് പകരം മനസിന് സന്തോഷം തരുന്ന പ്രവർത്തികൾ ചെയ്യുകയും നല്ല ഓർമകളായി അവയെ സൂക്ഷിക്കുകയും ചെയ്യണം.

കഴിവ്

എല്ലാ മനുഷ്യർക്കും വിത്യസ്തമായ പലതരം കഴിവുകൾ ഉണ്ട് എന്നാൽ അവ മനസിലാക്കുവാൻ കഴിയുന്നവർ ചുരുക്കമാണ്. കാരണം ഇന്ന് മനുഷ്യൻ ജീവിക്കുന്ന സാഹചര്യം എല്ലാവരെയും സാമ്പത്തിക മുന്നേറ്റത്തിലേക്ക നയിക്കുന്നു.ഉണ്ടാകുന്ന കാലം മുതൽ ഏതേലും ഒരു ജോലി കണ്ടുപിടിക്കുന്നതിനായി ചുറ്റും ഉള്ളവർ പ്രേരിപ്പിച്ചുകൊണ്ടിരിക്കുന്നു.ഈ പ്രേരണ കഴിവുകൾക്കുമേലുള്ള ഒരു നിയന്ത്രണം കൂടിയാണ്.പണം ഉണ്ടാക്കാൻ കഴിയാത്തതൊന്നും ഇന്ന് കഴിവായി മനുഷ്യർ

അഗീകരിക്കുന്നില്ല. എന്നാൽ കഴിവില്ലൂടെ രക്ഷപെടാനുള്ള മാർഗത്തെ ഇന്നുള്ള സമൂഹം വളർത്താൻ അനുവദിക്കുന്നില്ല.ഓരോ മനുഷ്യരിലും താല്പര്യങ്ങൾ വ്യത്യസ്തമാണ് ആ താല്പര്യങ്ങൾ ശീലത്തിലൂടെ കഴിവുകളായി മാറുന്നത്.എന്നാൽ കഴിവിനെ മനസിലാക്കി ജീവിതം അതിനായി ശ്രമിച്ചുകൊണ്ടിരിക്കുന്നവർ ജീവിതത്തിൽ വിജയിച്ചിട്ടുള്ളൂ.രണ്ടു തരം ജോലികളുണ്ട് അതിൽ ഏതാണോ ഓരോരുത്തരും തിരഞ്ഞെടുക്കുന്നത് അതിനനുസരിച്ചാണ് അവരുടെ ജീവിതം.ഒന്ന് നമ്മുടെ സമയം മറ്റുള്ളവർക്കു നൽകി അതിനകിട്ടുന്ന വരുമാനം മേടിച്ച് ഒരു ജോലിക്കാരനായിമാറുന്നത് ഇതാണ് ഇന്നുള്ള സമൂഹം ഏറ്റവും നല്ലതായികാണുന്നതും പ്രേരിപ്പിക്കുന്നതും എന്നാൽ രണ്ടാമത്തേത് സ്വന്തം കഴിവിനെ മനസിലാക്കി അതിനുവേണ്ടി ജീവിച്ച് വിജയത്തിൽ എത്തുന്നത്.നമ്മൾ മനസിലാക്കാത്ത ഒരുകാര്യം ഉണ്ട് ഇന്ന് ഉള്ള വലിയ കോടിശ്വരൻമാർ തൊട്ട് ജോലികൊടുക്കുന്ന മുതലാളിമാർ വരെ രണ്ടാമത്തെ പെടുന്നു.ഒരു ജോലിചെയ്കയും അവയിൽ ജീവിതം സമർപ്പിക്കുകയും ചെയ്യുന്നവർ ജീവിതത്തിൽ അവർക്കുള്ള ഉയർച്ചകളെയും ,അവരുടെ മാനസിക വളർച്ചയെയും അവർ നേടുന്ന ജോലികൊണ്ട് തടയുകയാണ്.ഒരു പണം ഉള്ള വീട്ടിൽ ജനിക്കുന്നതുകൊണ്ട് ഒരു മനുഷ്യൻ പൂർണതയിൽ എത്തുന്നില്ല.വിഷമങ്ങളും തോൽവിയും ഒരു വളമായി കരുതി അവയിലൂടെ സ്വന്തം കഴിവിനെ വിശ്വസിച്ച് ജീവിക്കുന്നവർക്ക് വിജയം എന്നത് കഠിനമാണേലും അവ അവരിലെ മനോനിലയെ വേറെ ഒരുതലത്തിൽ എത്തിക്കുകയും അവരുടെ മനക്കട്ടി അവരെ വിജയം എന്ന ലക്ഷ്യത്തിൽ എത്തിക്കുകയും ചെയ്യുന്നു.പണം എന്നത് ഇന്ന് മനുഷ്യനെ നയിക്കുന്നത് എന്നാൽ അടുക്കും തോറും അകന്നുപോകുന്ന ഒരു വലിയ സത്യമാണ് പണം.എന്നാൽ നമ്മുടെ കഴിവുകൊണ്ട് അവയെ അകറ്റിനിർത്തിയാൽ അവ നമ്മളെ തേടിവരുന്നു.എല്ലാവർക്കും എല്ലാം കിട്ടിയെന്നവരുകയില്ല

എന്നാൽ നമ്മുടെ മനസിനെ ശാന്തമായി നിർത്തി നമ്മുടെ സാഹചര്യം നമ്മുടെ പാടങ്ങളായി അവയിലൂടെ ഓരോകാര്യങ്ങൾ പഠിച്ച് വളരണം എന്നുള്ള ലക്ഷ്യത്തോടെ ജീവിതത്തെ നമ്മുടെ ലക്ഷ്യങ്ങൾ സാധിച്ചെടുക്കുന്ന ഒരു മാർഗമായികാണണം.ഓരോ പടി കയറിയാൽ മാത്രമാണ് മുകളിലുള്ള ലക്ഷ്യത്തിൽ എത്തുകയുള്ളൂ.ഒന്നിൽ നിന്നും തുടങ്ങി പതിയെ നമ്മുടെ ലക്ഷ്യത്തിൽ എത്തുന്നവൻ മരണം വരെ അവനെ ആർക്കും തോൽപിക്കാൻ കഴിയുകയില്ല.അവനിലെ വിഷമവും കഷ്ടതയും അവന് മുൻപോട്ടുള്ള ഇന്ധനം പോലെ ആകുന്നു.

വിശ്വാസം

വിശ്വാസം എന്ന വക്കിൽ തന്നെ അതിനുള്ള അർത്ഥവും നൽകിയിരിക്കുന്നു.നമ്മൾ ഏതേലും കാര്യത്തിൽ നമ്മളെ പൂർണമായി അർപ്പിക്കുന്നിടത്ത് വിശ്വാസം ആരംഭിക്കുന്നു.വിശ്വാസങ്ങൾ പലതാണ്.എന്നാൽ അവയുടെ എല്ലാം ഉദ്ദേശം ഒന്നാണ്.ഇന്ന് ലോകത്ത് അനവതി ദൈവങ്ങൾ നിലനിൽക്കുന്നു.ഈ ദൈവത്തെ വിശ്വസിക്കുന്നവർക്ക് അവരുടെ ദൈവത്തിൽ പൂർണമായ വിശ്വാസം ഉണ്ടായിരിക്കണം കാരണം മനുഷ്യന്റെ മനസിന് പൂർണതയോടെ വിശ്വസിക്കുവാൻ ഒരു ദൈവം അത്യാവശ്യമാണ്.മനസിന്റെ പലതലങ്ങളിൽ നമ്മൾ കൊടുത്തട്ടുള്ള അറിവിന്റെ ഫലമായിട്ടാണ് നമ്മുടെ വരൻ പോകുന്ന കാലം നമ്മൾ നേരിട്ടന്നത്.ഈ അറിവ് നമ്മളെ നല്ലതിലേക്കുകൊണ്ടുപോകണമെങ്കിൽ നമ്മൾ ബ്രെയിനിൽ സ്വീകരിച്ചിരിക്കുന്ന അറിവ് നല്ലതും മനസിന് സമാധാനം തരുന്നവയായിരിക്കണം.ഈ ഭൂമിയിൽ ഉള്ള എല്ലാവരും ദൈവംശത്തിൽ പിറന്നവരാണ്.നമ്മൾ നിർമിക്കുന്ന ലോകത്ത് നമ്മൾ ഹീറോയെപോലെ ജീവിക്കാൻ ആരംഭിക്കുന്നു.എന്നാൽ ഈ ലോകത്ത് അനവധി ജീവജാലങ്ങളിൽ ഒന്നുമാത്രമായ മനുഷ്യൻ എല്ലാത്തിലും അധിപനാക്കുകയും എല്ലാത്തിനെയും നിയന്ത്രിക്കുകയും ചെയ്യുന്ന അവസ്ഥയിലേക്ക് മനുഷ്യനെ പരിണാമം

വളർത്തിയിരിക്കുന്നു.എന്നാൽ ഇന്ന് മനുഷ്യന് കണ്ടുപിടുത്തങ്ങൾക്കെല്ലാം പുറമേ തേട്ടുകയാണ്.ഒരു മനുഷ്യന് പിറന്ന് വളരുന്നതിനനുസരിച്ച് അവനിൽ നിറക്കപ്പെടുന്ന അറിവ് അവനിൽ ഒരു സ്വഭാവം ഉണ്ടാക്കുകയും.ഇങ്ങനെ നിറക്കുന്ന അറിവ് നല്ലതാകുകയും അതിൽ മനസുറപ്പിക്കുകയും ചെയ്യുന്നവർ ദൈവം എന്നനിലയിലേക്ക ഉയരുന്നു.എന്നാൽ സാഹചര്യം ഒരു കുട്ടിയുടെ ജീവിതാരംഭം മുതൽ അവനിൽ വിപരീത കർമങ്ങൾ മാത്രം കൊടുക്കുകയാണെങ്കിൽ അവന് സാത്താനെ പോലെ ആകുന്നു.നമ്മുടെ ഉള്ളിലാണ് ദൈവവും ,സാത്താനും ,മനുഷ്യനും നിലനിൽക്കുന്നത്.എന്നാൽ മനുഷ്യന് എന്നത് ഈ പ്രകൃതിയുടെ ഒരു ഭാഗം ആണ്.എന്നുവച്ചാൽ പ്രകൃതിയുടെ സന്തുലനം മനുഷ്യന് ബാധകമാണ്.അതുകൊണ്ട് ദൈവവും ,സാത്താനും കൂടിയ നമ്മളിൽ മനുഷ്യത്വം എന്ന ഒന്നിനെ കളയാതെ രണ്ടുഗുണങ്ങളുടെയും ഇടയിൽ ജീവിതത്തെ നിർത്താൻ നമുക്ക് കഴിയണം.ദൈവം എന്നത് നമ്മൾ ആകുമ്പോൾ നല്ലതിലേക്ക നയിക്കുന്ന ഒരു വിശ്വാസം നമുക്ക് ആവശ്യമാണ്.ദൈവം നല്ലതാണെങ്കിൽ നമ്മളിൽ ദൈവഗുണം നിലനിൽക്കും.വിശ്വാസം അതാണ് നമ്മളെ നമ്മളാക്കുന്നത്.വിശ്വാസത്തിൽ കള്ളത്തരം കാണിച്ചാൽ അത് ചതിയാണ് .ഏറ്റവും വലിയ തെറ്റമാണ്.ആരും പറയുന്നതല്ല സത്യം നമ്മൾ വിശ്വസിക്കുന്നതാണ് നമ്മുടെ സത്യം.

ഹിന്ദു സംസ്ക്കാരത്തിന്റ ചരിത്രം

ഹിന്ദു എന്നത് ഒരു മതമായി ആധുനികയുഗം മനസിലാക്കി വെച്ചിരിക്കുന്നത്. എന്നാൽ പൂർവികർ അതൊരു ജീവിതരീതിയായി കാണുകയും അതിന് അനുസരിച്ച ജീവിക്കുകയും അത് മറ്റുള്ളവരിലേക്ക് പകർന്ന് കൊടുക്കുവാൻ

ശ്രമിക്കുകയും ചെയ്തിരുന്നു. നമ്മൾ ഹിന്ദു സംസ്ക്കാരം എന്നത് എന്താണന്ന് മനസിലാക്കിയാൽ മാത്രമാണ് അത് എങ്ങനെ പിന്തുടരണം എന്ന മനസിലാക്കുവാൻ സാധിക്കുകയുള്ളൂ. പൂർവികർ അന്നേ മനസിലാക്കി ആദിയും അന്തവും ശിവൻ എന്നതിലാണെന്ന്. എന്നാൽ അവർ അതിനെ പിന്തുടർന്നരീതി ഇന്നുള്ളവർക്ക് മനസിലാക്കുവാൻ അത്ര എളുപ്പമല്ല. കാരണം ശിവൻ എന്നതിനെ സയൻസ് കൊണ്ട് നിർവജിക്കുവാൻ കഴിയുകയില്ല. കാരണം ഒന്നും ഇല്ലായിമ എന്നത് നമ്മുടെ അറിവിനും അപ്പുറമാണ്. ഈ ഒന്നും ഇല്ലായിമയിൽ എല്ലാം നിലകൊള്ളുന്ന എന്നത് മനസിലാകുന്നിടത്താണ് ഭക്തിയുടെ ആരംഭം. എന്നാൽ ശിവന്റെ ഒരുഭാഗമായ വിഷ്ണുവിനെ സയൻസ് കൊണ്ട് നിർവജിക്കുവാൻ കഴിയും. വിഷ്ണുവിനെ മനസിലാക്കിയാൽ നമ്മൾ ശിവനിൽ എത്തുന്നു.

ഈ പ്രവഞ്ചത്തിന്റെ ആരംഭം ശിവനിൽ നിന്നും ആണ്. ശിവൻ എന്നത് ഈ പ്രപഞ്ചത്തിൽ ഉള്ളതിന്റെ എല്ലാം സന്തലിനം കൂടിയാണ്. പ്രകൃതിയില്ലുള്ള ഓരോ അണുവില്ലും ശൈവാംശം നിലകൊള്ളുന്നു. എന്നാൽ ജീവൻ ഉണ്ടാകുന്നതിനും പ്രകൃതി ഒരു കണക്ക് നിർമിച്ചിട്ടുണ്ട്. പ്രകൃതിയിൽ നിലകൊള്ളുന്ന രണ്ട കെമിക്കൽ കൂടിച്ചേരുമ്പോൾ അവിടെ ഒരു ഒന്നും ഇല്ലായിമ ഉണ്ടാകുകയും അതിന്റ പരിണിതഫലമായി ഒരു എനർജി ഉണ്ടാകുന്നു. ഈ എനർജി ഒന്നും ഇല്ലായിമയെ സൃഷ്ടിച്ച കെമിക്കലുകൾക്ക് സമയത്തെ അടിസ്ഥാനമാക്കി പരിണാമത്തിലൂടെ പലരൂപങ്ങൾ സൃഷ്ടിക്കുന്നു. എല്ലാ വിധത്തില്ലും ഉള്ള ജീവജാലങ്ങൾ സൃഷ്ടിക്ക പെട്ടത് ഇങ്ങനെ ആണ്. ഈ എനർജിയെ ഹിന്ദു സംസ്ക്കാരം വിഷ്ണുവായി കാണുകയും പ്രാർത്ഥിക്കുകയും ചെയ്ത് പോരുന്നു.

അമ്പലം

നമ്മുടെ സംസ്കാരത്തിൽ ആദ്യകാലം മുതലേ അമ്പലങ്ങളും ദൈവ ആരാധനകളും നടത്തിവന്നിരുന്നു. ഹിന്ദു കൾച്ചർ എന്നത് ഈ പ്രപഞ്ചം നിലനിൽക്കുന്നതിന് ആവശ്യമായ കണക്കാണ്. ഈ കണക്കമനസിലാക്കുവാൻ മനുഷ്യന മാത്രമാണ് കഴിയുകയുള്ളൂ. മനുഷ്യനിൽ ഓർമയും, ഇമോഷനും ഉള്ളതിനാൽ എല്ലാ മനുഷ്യരും വ്യത്യസ്തരാണ്. എല്ലാവരിലും നിലനിൽക്കുന്ന അറിവും വ്യത്യസ്തമാകുന്നു. നമ്മുടെ സംസ്കാരം നിലനിൽന്നതിന്റെ അടിസ്ഥാനം തന്നെ ഇമോഷൻ ആണ്. എല്ലാവരും അവരവരുടെ ഇമോഷൻ കൺട്രോൾ ചെയ്ത ജീവിക്കുന്നു. എന്നാൽ സാഹചര്യങ്ങൾ മാറുന്നതിന് അനുസരിച്ച് ഈ ഇമോഷൻ മനുഷ്യനെ കൺട്രോൾ ചെയാൻ തുടങ്ങുന്നു. ഇമോഷൻസിന്റെ ബാലൻസിംഗ് ശരീരത്തിനെ തന്നെ കൺട്രോൾ ചെയുന്നത്. ഈ ബാലൻസിംഗ് നഷ്ടമായാൽ പിന്നെ ആ ഇമോഷനിൽ

മനുഷ്യൻ കുടുങ്ങിപ്പോകുന്നു. അങ്ങനെ ഉള്ള കാരണങ്ങൾ നമ്മുടെ പൂർവികർ മനസിലാക്കിയതുകൊണ്ടാണ് അവർ ഇമോഷനെ ബാലൻസിലാക്കുവാൻ ഭക്തി എന്ന മരുന്ന് ആദ്യമേ കണ്ടുപിടിച്ചത് . ഭക്തി എന്നത് ഇമോഷനെ ബാലൻസിലാക്കുക. എങ്ങനെ ഇമോഷനെ ബാലൻസിലാക്കാം നമ്മുടെ ചിന്തകളെയും ,ഓർമ്മകളെയും ഭക്തിയെന്ന മാർഗത്തിലൂടെ കൺട്രോൾ ചെയ്യുക. ശരീരത്തിന് അവശ്യം സന്തുലിതമായ ഒരു ഇമോഷൻ ആണ്. ശരീരത്തിനുള്ളിൽ അനവധി അവയവങ്ങൾ നിലനിക്കുന്ന ഇവയുടെ പ്രവർത്തനങ്ങളിൽ ഇമോഷൻസും നല്ലൊരു ഭാഗം വഹിക്കുന്നു. ശരീരത്തിന് അവശ്യം ശാന്തമായ ഒരു ഇമോഷനോട്ടുക്കുടിയ ഒരു മനസാണ്. അമ്പലങ്ങളിൽ ദൈവാരാധന തുടങ്ങിയപ്പോൾ നമ്മളിൽ അടങ്ങിയിരിക്കുന്ന ആ ചൈതന്യത്തെ ദൈവമായി കാണുകയും. ഒരു ശിലവെക്കുകയും ആ ശിലയിൽ ഒരു ചൈതന്യത്തെ നമ്മൾ തന്നെ ഉൾകണ്ണിൽ കാണുകയും എല്ലാം ഉറന്തുപറയുകയും ചെയ്യുന്നു. എന്നാൽ ഇത് ഭക്തിയുടെ പതിയാകുന്നോള്ള. എല്ലാം നടക്കുന്നത് നമ്മുടെ ഉള്ളിൽ തന്നെ ആണ് നമ്മുടെ മനസിനെ നമ്മൾ നമ്മുടെ അറിവുകൊണ്ട നിയന്ത്രിക്കുന്നു. ഏതു ദൈവത്തെ വിശ്വസിക്കുന്നു എന്നതിലല്ല നമ്മൾ വിശ്വസിക്കുന്ന ദൈവത്തെ പൂർണമായി വിശ്വസിച്ച മനസിനെ ഓർമകളിൽ നിന്നും അകത്തി ഭക്തിയിൽ ലയിച്ച് ഇമോഷനെ ബാലസിലാക്കുവാൻ പൂർവികർ കണ്ടെത്തിയമാർഗം. ഇന്ന് ലോകത്ത് അനവധി മതങ്ങളും ദൈവങ്ങളും നിലനിൽക്കുന്നു ഇതൊന്നും തെറ്റല്ല കാരണം ഓരോരുത്തർക്കും ഉണ്ടാകുന്ന അനുഭവങ്ങളാണ് ഭക്തിയിലേക്ക നയിക്കുന്നത്. ഏതു മതമയാലും നമ്മുടെ ഇമോഷനെ സന്തമാക്കുന്നതാണ് നമ്മുടെ ദൈവം. എല്ലാ ദൈവങ്ങളും പ്രകൃതിയുടെ സന്തുലിനാവസ്ഥയിൽ ജീവിച്ച് കാണിച്ചവരാണ്.

പ്രേരണ

പ്രേരണ എന്ന കേൾക്കുമ്പോൾ ഇതൊക്കെ ഇത്ര വലിയ കാര്യമാണോ എന്നൊക്കെ തോന്നാം. ചിലതൊക്കെ നമ്മളറിയാതെ നമ്മളെ പലതും ചെയ്യിപ്പിക്കുന്നു. പ്രേരണ എന്നത് നമ്മുടെ ജന്മഗുണമാണ്. ഒരു കുട്ടിയുണ്ടാകുന്നതിനുമുൻപ് അവൻ ശരീരത്തിലേക്ക് മാറ്റുന്നത് പ്രേരണ മൂലമാണെന്ന് പറഞ്ഞാൽ എത്ര പേർക്കുമനസിലാകും. പുരുഷനും, സ്ത്രീയും ഒന്നാകുമ്പോൾ ചുമ്മാ കുട്ടിയുണ്ടാക്കുകയല്ല. രണ്ട് കെമിക്കൽ കൂട്ടുമ്പോൾ അവിടെ ഒരു ന്യൂട്രൽ (ഒന്നും ഇല്ലായിമ) ഉണ്ടാകുന്നു. ആ ന്യൂട്രാലിന്റെ എനർജി നടാല്ളണ്ടാകാൻ കാരണമായ കെമിക്കലിനെ പ്രേരണ കൊണ്ട് ഒരുശരീരം ആയി മാറ്റുന്നു. ഈ ശരീരം വളർച്ചയിലും നിലനില്പ്പിലും പ്രേരണ എന്നത് വലിയ ഘടകമാണ്. മനുഷ്യൻ ഒരു വെള്ള കടലാസുപോലെയാണ് അതിൽ നമ്മൾ കൊട്ടുക്കുന്ന കളർ പോലെയാണ് നമ്മുടെ ജീവിതം. നല്ലതും നല്ല അറിവുകളും പരിശീലിച്ചാൽ നല്ലവനായിമാറും. എല്ലാ മനുഷ്യരുടെയും ജീവിത ശൈലിക്ക് വിത്യാസം ഉണ്ട് കാരണം മനുഷ്യരിൽ പ്രേരണ എന്നതാണ് വ്യത്യസ്തമാണ്. പ്രേരണ ഒരു നല്ല ഗുണമാണ് കാരണം നമ്മൾ ആഗ്രഹിക്കുന്നതിലേക്ക നമ്മളെ നയിക്കുന്നത് ഈ പ്രേരണയാണ്. ഓരോ നിമിഷവും നമ്മൾ എന്തേലും ആഗ്രഹിച്ചുകൊണ്ടിരിക്കുന്നു. ഈ ആഗ്രഹങ്ങൾ യാഥാർഥ്യമാകുന്നത് നമ്മളിലെ പ്രേരണ മൂലമാണ്. പ്രേരണ എന്നത് ഇല്ലായിരുന്നേൽ നമ്മളെല്ലാം ഇന്നുകാണുന്നതുപോലെ ആയിരിക്കുകയില്ലായിരുന്നു. കാരണം ആഗ്രഹങ്ങളാണ് മനുഷ്യനെ മുൻപോട്ടു ജീവിപ്പിക്കുന്നത്

ഈ ആഗ്രഹങ്ങൾ നടന്നാലും ഇല്ലങ്കിലും മനുഷ്യൻ മനസുകൊണ്ട് എപ്പോളും പ്രേരിതനായിക്കൊണ്ടിരിക്കും. ഈ പ്രേരണ നല്ലതുമാത്രം ചെയുന്നതാണന്നു കരുതല്ല് കാരണം ഒരു വഴക്കുണ്ടായാൽ അവ മനസിനെ പ്രേരിപ്പിച്ച് വലിയ ആപത്തിൽ എത്തിക്കുന്നു. ഒരു സ്ത്രീയിൽ വികാരം തോന്നിയാൽ പ്രേരണയെ നിന്ത്രിക്കാൻ കഴിവില്ലാത്തവർ തെറ്റിലേക്കും അല്പസുഗത്തിനുവേണ്ടി ജീവിതവും നശിപ്പിക്കും. ഒരു കുതിരയെ നിന്ത്രിക്കാൻ മൂക്കുകയർ ഇടുന്നതുപോലെ പ്രേരണയെ നല്ല ശീലങ്ങളിലൂടെ നിയന്ത്രിച്ചില്ലെൽ അവ നമ്മളെ നിയന്ത്രിക്കും. നല്ലതും ,ചിത്തയും നമ്മുടെ ഉള്ളിലാണ് എന്നാൽ പ്രേരണ നമ്മളെ എതിലേക്ക് വേണേലും മാറ്റാം. നമ്മൾ പ്രണയം എന്നുപറയുന്നതും പ്രേരണയുടെ വേറെ ഒരത്തലമാണ് കാരണം നമ്മൾക്ക് അതുവേണം എന്നുതോന്നിയാൽ അതിനുവേണ്ടി രാപകലില്ലാതെ ശ്രെമിക്കാൻ നമ്മളെ സഹായിക്കുന്നതും പ്രേരണ നമ്മളില്ലുള്ളതുകൊണ്ടാണ്. ഇന്ന് ലോകത്ത് കാട്ടുകൾ മാറി നഗരങ്ങൾ ഉണ്ടാകാനുള്ള കാരണവും മനുഷ്യനില്ലുള്ള പ്രേരണകൊണ്ടാണ്.

സ്ത്രീയിലും, പുരുഷനിലും സന്തുലനം ബാധകമാണ്

ഹിന്ദു സംസ്കാരം സ്ത്രീയെ എല്ലാ ജീവന്റെയും ആരംഭമായി കാണുകയും ബഹുമാനിക്കുകയും ചെയ്ത് പോന്നിരുന്നു. സ്ത്രീ എന്നത് ഒരു ഗുണമാണ് ഈ ഗുണത്തിന് തനിയെ നിൽക്കുമ്പോൾ അനവതി മാറ്റങ്ങൾ വരുന്നു. സ്ത്രീയുടെ ശരീരം സൃഷ്ടവാകൻ

നിർമികപെട്ടിരിക്കുന്നതാണ്. സൃഷ്ടി എന്നത് ചെറിയ ഒരു കാര്യമല്ല കാരണം ഇന്ന് ഒരു അമ്മയയിരിക്കുന്ന ഒരു സ്ത്രീ ഒരു കുട്ടിയെ സൃഷ്ടിക്കുമ്പോൾ അവനിൽ നൽകുന്ന ജീവൻ അതവ എനർജി എന്നത് പല ആയിരകണക്കിന് വർഷങ്ങൾ തലമുറകൾ മാറി മാറി ഈ ഭൂമിയിൽ നിൽകേണ്ടവയാണ് . ഒരു അമ്മ ജീവൻ പകർന്നു കൊട്ടുക്കമ്പോൾ അവരിലെ ഒരു ശതമാനം എങ്കിലും ഗുണം കുട്ടിക്ക് ലഭിക്കുന്നു സ്ത്രീ നല്ലതായൽ തനിയെ പുരുഷനം നല്ലതാകുന്നു. ഈ പ്രപഞ്ചം നമുക്ക് തന്നിരിക്കുന്ന ജീവിതത്തെ കുറച്ച സുഗപെട്ടതാൻ മാത്രമാണ് മനുഷ്യന് കണ്ടുപിടുത്തങ്ങളിലൂടേ കഴിഞ്ഞടെ‌്‌ടൊള്ള. ഇന്ന് പണം ഉണ്ടാകുക എന്നതായി എല്ലാവരുടെയും ജോലി എന്നാൽ സ്ത്രീ അവളുടെ കടമകളിൽ വീഴ്ചവരുത്തുകയാണ്. ഒരു സ്ത്രീക്ക് ഈ പ്രപഞ്ചം എത്ര വലിയ ഉത്തരവാദിത്തം ആണ് നൽകിയിരിക്കുന്നത്. ഒരു അമ്മയാകുക എന്നത് ലോകത്തിലെ ഏറ്റവും വലിയ പ്രവർത്തിയാണ്. ഒരു കുട്ടിയെ ഉണ്ടാകുന്നതിന് മുൻബ് അറിവുകൾ നേടി അത് കുട്ടികളിൽ ശീലം ഉണ്ടാക്കി അവരിൽ നല്ല അറിവുകൾ കൊട്ടുക്കക എന്നതാണ് ഒരു സ്ത്രീ പ്രപഞ്ചത്തിന് വേണ്ടി ചെയ്യേണ്ടത്. സ്ത്രീയെ കാക്കുക, അവളിലെ സ്ത്രീയെ സൃഷ്ടവകുന്നതിന് തയാറാക്കുക, അമ്മയെയും , കുട്ടിയെയും

കാക്കുക,യഥാർത്ഥ അറിവും,ഈ പ്രപഞ്ച നിയമം
മനസ്സിലാക്കി അത് അമ്മക്കും,കുട്ടിക്കും നൽകുക
എന്നതാണ് ഒരു പുരുഷൻ ഈ പ്രപഞ്ചത്തിന് വേണ്ടി
ചെയ്യേണ്ടത്.സ്ത്രീകൾ പുരുഷനെ പോലെ ആകുവാൻ ഇന്നുള്ള
കാലത്ത് അഗ്രഹിക്കുന്നു എന്നാൽ സ്ത്രീയിൽ നിന്നുമാണ്
പുരുഷൻ ഉണ്ടായത് അപ്പോൾ പുരുഷനേപോലെ അകൻ
സ്ത്രീ ശ്രമിച്ചാൽ സ്ത്രീകളിൽ പുരുഷ ഗുണം കൂടിവരും.എന്നൽ
സ്ത്രീ ഗുണം സ്ത്രീകളിലും,പുരുഷഗുണം പുരുഷനിലും ഒരുപോലെ
കൂടിവരുമ്പോൾ രണ്ടും സമ്മേളനം ആക്കുകയും നല്ല
കുട്ടിയുണ്ടകുകയും ചെയും.

ഈ ലോകത്ത് നിത്യമായ ശത്രുവോ ,മിത്രമോ ഇല്ല

ഈ ലോകത്തിലുള്ള എല്ലാമനുഷ്യരും ഒരുപോലെ
ആഗ്രഹിക്കുന്ന ഒന്നാണ് സ്നേഹം എന്നത്.എന്നാൽ അതിനു
വിപരീതമാണ് പലർക്കും ഇന്നു ലഭിക്കുന്നത്.ഇപ്പോൾ
ശത്രുവായികാണുന്നവർ ഒരുകാലത്തു നമ്മൾ ഏറ്റവും
ഇഷ്ടപെടുന്നവരിൽ ഒരാളായിരിക്കാം.സ്നേഹിക്കുന്നവർ തരുന്ന
മാനസിക വേദനയാണ് അവരെ നമ്മുടെ ശത്രു
ആക്കിമാറ്റുന്നത്.എന്താണ് ഇതിനുള്ള കാരണം മനസിലാണ്
നമ്മൾ എല്ലാം അനുഭവിക്കുന്നത് എന്നാൽ ഈ മനസിനെ
നിയന്ത്രിക്കുവാൻ നമുക്കകഴിയാതെ വരുന്നു.ഒരു വ്യക്തിയോട്
ശത്രുത ഉണ്ടാകുമ്പോൾ അയാൾ ചെയ്ത നല്ലതെല്ലാം നാം
മറക്കുന്നു അയാളെ വെറുക്കുവാൻ വേണ്ടി മനസ് അയാളിൽ
ഉള്ള തെറ്റുകൾ മാത്രം ചിന്തിപ്പിക്കുന്നു.ഇന്ന് നമ്മുക്ക് ഏറ്റവും

ഇഷ്ടമുള്ളവർ നാളെ നമ്മളെ തള്ളിപ്പറയുകയില്ലന്ന് ആർക്കും ഉറപ്പിച്ച് വിശ്വസിക്കുവാൻ കഴിയുകയില്ല. അതുപോലെ ഇന്ന് ശത്രുവായിരിക്കുന്നവർ നാളെ നമുക്ക് വേണ്ടപെട്ടവരായി മാറിയേക്കാം ഇവിടെ നിത്യമായി ഒന്നും നിലനിൽക്കുന്നില്ല. സമയം എല്ലാം മാറ്റുന്നു. എന്നാൽ നമ്മൾ ചിന്തിക്കാത്ത ഒന്നുണ്ട് നമ്മൾ സ്നേഹിക്കുന്നവർ എങ്ങനെ നമ്മുടെ ശത്രു ആകുന്നു അവർ ചീത്തവരായതുകൊണ്ടല്ല അവരിൽ ഇപ്പോളുണ്ടാകുന്ന ചിന്തകൾക്കാണ് പ്രശനം. ഈ ചിന്തകൾ മാറ്റുവാൻ അവർക്കു സമയം കൊടുക്കണം. എന്നും നിത്യമായുള്ളത് സത്യം ആണ് അത് കാലം അവരെ മനസിലാക്കികൊടുക്കും. ഇഷ്ടമുള്ളവർക്കുണ്ടാകുന്ന വിഷമങ്ങൾ നമ്മളെ സ്വാധീനിക്കുന്നു എന്നാൽ ഒരു ശത്രുവിനാണ് അതുണ്ടാകുന്നതെങ്കിൽ നമ്മൾ സന്തോഷിക്കുന്നു. ശത്രുവും, മിത്രവും എല്ലാം നമ്മൾ ഓരോരുത്തരിൽ കൊടുക്കുന്ന ഇമോഷൻസിന് അനുസരിച്ചാണ്. വിശ്വാസം എന്നത് മനുഷ്യന്റെ ജന്മഗുണമാണ്. ഈ വിശ്വാസത്തെ അടിത്തറയാക്കി മനുഷ്യൻ ബന്ധങ്ങൾ സൃഷ്ടിക്കുന്നത്. എന്നാൽ വിശ്വാസം എന്നത് നാം നമ്മളെ സംതൃപ്ത പെടുത്തുവാൻ നമ്മുടെ മനസ് നിർമ്മിക്കുന്നതാണ്. നാം ചിന്തിക്കുന്നതുപോലെ കൂടെ ഉള്ളവർ ചിന്തിക്കണം എന്നില്ല എല്ലാവരും വ്യത്യസ്തരാണ്. നമ്മൾ ഓരോരുത്തരിലും കൊടുക്കുന്ന വിശ്വാസം അവർ അർഹിക്കുന്നുണ്ടോ എന്ന് മനസിലാക്കി വിശ്വസിക്കുക. ഇവിടെ എല്ലാം മാറും എന്നാൽ മാറ്റത്തെ അംഗീകരിക്കുവാനുള്ള മനസ് ഉണ്ടാകുവാൻ നമ്മൾ ശ്രമിച്ചുകൊണ്ടേ ഇരിക്കണം. എല്ലാ വരെയും ഒരുപോലെ കാണുവാനുള്ള മനസ് നമ്മൾ അറിവില്ലൂടെ നേടുക എന്നതുമാത്രമാണ് ആകെയുള്ള മാർഗം. ചിലർ ഇഷ്ടപെടുന്നവർക്കുവേണ്ടി മരിക്കാൻ വരെ തയാറായിട്ടുള്ളവരാണ് എന്നാൽ അവർ ശത്രുവായാൽ എല്ലാം വിപരീതമായി ചിന്തിക്കുന്നു.

കഷ്ടപാട്

നമ്മൾ എല്ലാം ചെറിയ പ്രായം മുതൽ കേൾക്കുന്ന ഒന്നാണ് കഷ്ടപെട്ടാൽ നന്നായി ജീവിക്കാം എന്ന്.പണം നമ്മുടെ സംസ്കാരം ആയപ്പോൾ കഷ്ടപാട് അതിന്റെ സ്വഭാവം ആയിരിക്കുന്ന.ഈ ലോകത്ത് എല്ലാ മനുഷ്യർക്കും 24 മണിക്കൂർ ആണ് ഉള്ളത് ആ 24 മണിക്കൂറിൽ പകുതിസമയം ഉറങ്ങാൻ ഉപയോഗിക്കുന്ന.നമുക്ക് ജീവിക്കാൻ കിട്ടുന്ന പകുതിസമയം കഷ്ടപ്പാടിന് നൽകിയാൽ പിന്നെ എങ്ങനെ ആണ് ജീവിതം സന്തോഷത്തോടെ ജീവിക്കുക.എല്ലാ മനുഷ്യനും ഇഷ്ടമുള്ള ശീലങ്ങളും ,കഴിവുകളും ഉണ്ടാകും ആ കഴിവിലൂടെ ജീവിക്കുവാൻ സാധിച്ചാൽ അതിലൂടെ വരുമാനം ലഭിച്ചാൽ ജീവിതം സന്തോഷത്തിലാക്കുവാൻ കഴിയും.കഷ്ടപെട്ടല്ല ഒന്നും ചെയേണ്ടത് ഇഷ്ടപെട്ട വേണം.നമ്മൾ ഇഷ്ടപെട്ടുചെയ്യുന്ന കാര്യങ്ങൾ ശീലിക്കുമ്പോൾ ആ കാര്യത്തിൽ ഏറ്റവും കഴിവുള്ളവരാകും.ഇന്ന് കാലത്തു മാതാപിതാക്കൾ ശ്രദ്ധിക്കാത്ത ഒന്നുണ്ട് നമ്മുടെ കുട്ടികളെ നിർബന്തിച്ച് കാശുകൊടുത്തു അവരെ അടിമകളാക്കാൻ പ്രേരിപ്പിക്കുകയാണ്.എല്ലാ മനുഷ്യരിലും താല്പര്യം എന്ന ഒന്നുണ്ട് താൽപര്യങ്ങൾക്കായി ശ്രെമിക്കുന്നവർ മാത്രമാണ് സ്വന്തമായി എന്തേലും ചെയ്യുന്നുള്ള.നമുക്ക് ലഭിക്കുന്ന ഒരു പഠനവും സ്വന്തമായി ഒന്നും ചെയ്യാൻ പഠിപ്പിക്കുന്നില്ല.ജോലി ചെയ്യുക എന്നത് പഠിക്കാത്തവർക്കും ചെയാൻ കഴിയും അപ്പോൾ പഠനം കൊണ്ട് എന്തെല്ലും ഗുണം നാടിനും ,നമുക്കും ഉണ്ടാകേണ്ടേ.ഇന്ന് കാലത്ത് പഠിച്ചവർ ചെയുന്ന ജോലികൾക്കുളത്തിനേക്കാൾ ശമ്പളം പഠിക്കാതെ ചെയുന്ന ജോലികൾക്കു കിട്ടുന്നണ്ട്.എന്നാലും ആളുകൾ ശീലം പോലെ പഠിക്കുവാൻ വീണ്ടും പോകുന്നു. എന്നാൽ

പഠനം എന്നത് സ്വന്തം കഴിവിനെ തിരിച്ചറിയുവാൻ നമ്മൾ കണ്ടെത്തിയ മാർഗമാണ്.പഠനത്തിലൂടെ സ്വന്തം കഴിവ് തിരിച്ചറിഞ്ഞ് അതിനെ വളർത്തി അളമറ്റളവർക്കും ഗുണമുള്ളതുപോലെ ആക്കാൻ ആരും ഇന്ന് സഹായിക്കുന്നില്ല.പഠിച്ചവൻ പഠിക്കാത്തവന് വഴികാട്ടണം.പഠനം എന്നത് പണമുണ്ടാക്കാൻ മാത്രമാകുമ്പോൾ അറിവ് നേടിയാലും പണം എന്നതിൽ ഒതുങ്ങും.ജീവിതം എന്നം കഷ്ടപ്പെടുന്നതായി മാത്രം അനുഭവപ്പെട്ടും.കഷ്ടപെട്ടു ജീവിക്കുവാൻ മനുഷ്യനെ എന്തോ ഒന്ന് പ്രേരിപ്പിച്ചുകൊണ്ടേ ഇരിക്കുന്നു.കഷ്ടപെടുന്നതിനെ ഇഷ്ടപ്പെടുന്നത് ആക്കുന്നവർ ജീവിതത്തിലും ,സമൂഹത്തിലും വിജയിക്കും.കഷ്ടപ്പാടിനെ ഇഷ്ടമാക്കാൻ നമുക്കാദ്യം എന്താ ഇഷ്ടമെന്ന് മനസിലാക്കണം.ഇഷ്ടപ്പെടുന്നത് ജോലിയായാൽ ജീവിതം എല്ലാ തലത്തിലും ഉയരുകയേ ഒള്ളൂ.

ബ്രെയിൻ

ന്യൂറോണകളുടെ ഒരുക്കൂട്ടത്തെ ആണ് ബ്രെയിൻ എന്ന് പറയുന്നത്.എല്ലാ മൃഗങ്ങളിലും ബ്രെയിൻ ഉണ്ട് .ബ്രെയിനീനും പരിണാമം ബാധകമാണ് .ബ്രെയ്ന്റെ പരിണാമം മൂലമാണ് മനുഷ്യൻ ഭൂമിയിൽ ഉണ്ടായതെന്നാണ് സയൻസ്

പറയുന്നത്. ഈ പരിണാമത്തിലൂടെ മനുഷ്യ ബ്രെയിൻ എത്രമാറ്റം ആണ് ഉണ്ടായത്. ബ്രെയ്ന്റെ രണ്ട് ഭാഗങ്ങളാണ് ഫ്രന്റ് ബ്രെയ്നും ബാക് ബ്രെയ്നും. എല്ലാ മൃഗങ്ങളിലും ബാക് ബ്രെയിൻ ഒരുപോലെ ആണ്. മനുഷ്യന് കുരങ്ങനിൽ ഉണ്ടായ പരിണാമത്തിന്റെ ഫലമാണ് ഫ്രന്റ് ബ്രെയിൻ. ശരീരത്തിന്റ എല്ലാ പ്രവർത്തനങ്ങളെയും കണ്ട്രോൾ ചെയ്യുന്ന എനർജി സ്ഥിതിചെയ്യുന്നത് ബ്രെയിനിലാണ്. ബ്രെയിൻ മുതൽ സ്പൈനൽകോഡ് വരെ ഉള്ളവയാണ് അറിവിന്റെ കേന്ദ്രം. ഫ്രന്റ് ബ്രെയിനിൽ ആണ് ഡാറ്റകൾ സ്റ്റോർ ചെയ്യുന്നത്. എനർജി ബാക് ബ്രെയ്ന്റെ സഹായത്തോടെ ശരീരത്തെ കണ്ട്രോൾ ചെയ്യുന്നു.

മനുഷ്യ ബ്രെയിൻ അറിവിന്റെ ഒരു ശേഖരം ആണ്. ഇന്ന് ഈ ഭൂമിയിൽ ഉണ്ടായിട്ടുള്ള എല്ലാ കണ്ടുപിടിത്തങ്ങളും ഒരു കാലത്ത് ഒരു ബ്രെയിനിൽ തോന്നിയവയാണ്. ബ്രെയിൻ ഓരോ നിമിഷവും ഡാറ്റകൾ കൊണ്ട് അപ്ഡേറ്റ് ചെയ്യുകൊണ്ടിരിക്കുകയാണ്. എങ്ങനെ ആണ് ഈ മാറ്റങ്ങൾ ബ്രെയിനിൽ തോന്നിപ്പിച്ചത്?. ഓരോരുത്തരുടെയും ജീവിത അനുഭവങ്ങൾ വ്യത്യസ്തമാണ്. ഓരോ സെക്കന്റിലും ബോഡിയിൽ സംഭവിക്കുന്ന മാറ്റങ്ങളും ഓരോ ഡാറ്റകളായി അപ്പോൾ തന്നെ ബ്രെയിനിൽ സ്റ്റോർ ചെയ്യുകൊണ്ടിരിക്കുകയാണ്. ഈ ഡാറ്റകൾ എല്ലാം ചേർന്നതാണ് മനസ്. നമ്മൾ ഓരോ സെക്കന്റിലും അറിഞ്ഞുകൊണ്ടിരിക്കുകയാണ്. മനസ് ശരീരത്തിൽ ഓരോ ഇമോഷൻസ് ഉണ്ടാക്കുന്നു. അതിന് അനുസരിച്ച് ഉണ്ടാകുന്ന കെമിക്കൽ റിയാക്ഷന്സ് ബ്രെയ്നിൽ അപ്പോൾ തന്നെ സ്റ്റോർ ചെയ്യുന്നു. കാലം സാഹചര്യങ്ങൾ കൊണ്ട് പലകാര്യങ്ങളും ചെയ്യിപ്പിക്കുന്നു. ഏത് കാര്യത്തിലാണോ താല്പര്യം അതിനെകുറിച്ച് കൂടുതൽ അറിയുകയും ചിന്തിക്കുകയും ചെയ്യുമ്പോൾ പുതിയ കണ്ടുപിടിത്തങ്ങൾ നടക്കുന്നു. ചുമ്മാ ഒരാൾക്കും കണ്ടുപിടിത്തം നടത്താൻ ആകൂല. ആ കാര്യത്തെകുറിച്ച് ഒന്നേലും ചിന്തിച്ചവനെ അതിന് കഴിയൂ. നമ്മൾ ഉണ്ടാക്കുന്ന കഥയിൽ നമുക്ക് ആഗ്രഹമുള്ളതോ

അല്ലാത്തവയോ നടക്കുന്നു.എന്നാൽ ലോകത്ത് എല്ലാം ഉണ്ട് കാരണം എല്ലാ ആളുകളും വ്യത്യസ്തമായി ചിന്തിക്കുന്നു.

ദേഷ്യം

എല്ലാ മനുഷ്യനിലും പലതരത്തിൽ ഉള്ള ഇമോഷൻസ് ഉണ്ട് .ഈ ഇമോഷനുകളിൽ ഒരു ബാലൻസിങ് ഉണ്ട്.ശാന്തമായ ഒരു മനസ് ആണ് ശരീരം എപ്പോളും ആഗ്രഹിക്കുന്നത് എന്നാൽ അതിന് ഓപ്പോസിറ്റ് ആയിട്ടുള്ള ദേഷ്യവും ശരീരത്തിന് അത്യാവിശം തന്നെ ആണ്.കാരണം ഇമോഷൻസ്ന്റെ ബാലൻസിങ്ങിന് അളും ആവശ്യമുള്ള ഒരു ഘടകംമാണ് .ജീവിതത്തിൽ ഉണ്ടാകുന്ന പ്രിശ്നങ്ങൾക്കുള്ള പ്രധാനകാരണം ദേഷ്യം എന്ന ഇമോഷൻ ഉണ്ടാകുന്ന ആ ടൈമയിൽ എടുക്കുന്ന തീരുമാനങ്ങളാണ്.ദേഷ്യം എന്ന ഇമോഷൻ ശരീരത്തിൽ നിരവധി മാറ്റങ്ങൾ വരുത്തുന്നു.അതിന്റെ ഭലമായി ശരിതെറ്റുകൾ നോക്കാതെ തീരുമാനങ്ങൾ എടുക്കുന്നു.എല്ലാ മനുഷ്യരും വ്യത്യസ്ത മാർന്ന അറിവുകൾ ഉള്ളവരാണ്.അതുപോലെ ഇമോഷൻസിനെ എൻജോയ് ചെയ്യുന്ന വിധവും വ്യത്യസ്തമാണ്.മനുഷ്യന് കരയാൻ നിരവധി കാരണങ്ങൾ ഉണ്ട് അതുപോലെ സന്തോഷിക്കുവാനും നിരവധി കാരണങ്ങൾ ഉണ്ട്.ഹോർമോണിന്റെ മാറ്റങ്ങൾക്ക് അനുസരിച്ച് എല്ലാ

മനുഷ്യന്റെയും തീരുമാനങ്ങൾ എടുക്കുവാനുള്ള കഴിവ് വ്യത്യസ്തമാകുന്നു. സാഹചര്യങ്ങളെ മാറ്റിനിർത്തുക എന്നാ ഒരു മാർഗമേ ഇതിനൊള്ളൂ. സന്തോഷിക്കാൻ ആഗ്രഹിക്കുന്നത് പോലെ ഒരിക്കലും മനുഷ്യൻ വിഷമിക്കുവാൻ ആഗ്രഹിക്കുല്ല. ഈ രണ്ട് ആഗ്രഹങ്ങൾക്കും മധ്യത്തിലായാണ് ദൈവം എന്നതിനെ മനുഷ്യൻ പ്രധിക്ഷ്ടിച്ചിരിക്കുന്നത്. മെഡിറ്റേഷൻ എന്നത് ഈ കേന്ദ്രബിന്ദുവിനെ സ്ഥിരമായി നിർത്തുവാൻ ഉള്ള ശ്രെമമം ആണ്. അതുപോലെ പ്രാർത്ഥന എന്നത് എനർജി യുടെ ചൈതന്യത്താൽ ലയിച്ച് ഈ മധ്യരേഖയിൽ മനസ് ഉറപ്പിക്കുക എന്നതാണ്. ഈ മധ്യരേഖയിൽ മനസ് ശാന്തമായിരിക്കും. എന്താണോ ശീലിക്കുന്നത് അതിന് അനുസരിച്ച് സ്വഭാവം ഉണ്ടാകും. ഈ സ്വഭാവം സഹജര്യങ്ങളെ മറികടക്കുമ്പോൾ ഈ ഇമോഷൻസ്ന്റെ ബാലൻസ് തെറ്റുകയും അവ മാറിമാറിവരുകയും ചെയ്യുന്നു. മനുഷ്യന്റെ മനസിനെ ബാലൻസ് ചെയ്യുവാൻ നമ്മുടെപൂർവികർ കണ്ടെത്തിയ പ്രാർത്ഥന ശേരിക്കും ഒരു അമ്മത് തന്നെ ആണ്. ഏത് ദൈവത്തെ പ്രാർത്ഥിക്കുന്നു എന്നതിലല്ല എങ്ങനെ പ്രാർത്ഥിക്കുന്നു എന്നതിലാണ് ഈ ഔഷധം ശരീരത്തിൽ എഫ്ഫക്ട് ചെയ്യുന്നത്.

ഇന്റർനെറ്റ്

പരിണാമ വളർച്ചയിൽ മനുഷ്യന് കിട്ടിയ ഒരു വരമാണ് ഇന്റർനെറ്റ്.ഇന്ന് ലോകത്തുണ്ടായ കുതിച്ച് ചാട്ടം പലതും ഇതിന്റെ സഹായത്തോടെ ആണ്.എന്നാൽ ഇന്റർനെറ്റിന് പരിണാമം സംഭവിച്ച ആർട്ടിഫിഷ്യൽ ഇന്റലിജൻസ് എന്നതിൽ എത്തിയിരിക്കുന്നു.കേൾക്കുമ്പോൾ ഒരു നല്ലവാക്ക് എന്നാൽ അവ മനുഷ്യ ജീവിതത്തിൽ വരുത്തിയിരിക്കുന്ന മാറ്റങ്ങൾ അറിഞ്ഞാൽ അവ നല്ലതാണോ ചീത്തയാണോ നമ്മൾ സംശയിച്ചുപോകും.ഇന്ന് മനുഷ്യനെ പോലെ ചിന്തിക്കുന്ന,പ്രവർത്തിക്കുന്ന യന്ത്രങ്ങൾ ഉണ്ട് ഇവക്ക മനുഷ്യനുമായി വിത്യാസം ഉള്ളത് ഇമോഷൻ എന്ന ഒന്നാണ്.ഈ ഇമോഷൻ ശരീരത്തിലുണ്ടാകുന്ന വിധവും മനുഷ്യന് മനസിലാക്കി ആവാക്കുകൊടുത്താൽ അവ പുതിയ ഒരു സ്പീഷിയാസ് ആയി മനുഷ്യകുലത്തെ തന്നെ നശിപ്പിക്കും.കാരണം മൊബൈൽ കണ്ടുപിടുത്തം മനുഷ്യ അറിവിന് ചിറകുവെച്ചതുപോലെ മനുഷ്യന് ഇന്ന് എന്തറിയണമെങ്കിലും മൊബൈലിൽ ഗൂഗിളിൽ നോക്കിയാൽ മതി.മനുഷ്യൻ തന്നെ എല്ലാ അറിവും യന്ത്രത്തിനാണ് അറിയുന്നത് അപ്പോൾ യന്ത്രത്തിന് ഇമോഷൻ കൂടിക്കിട്ടിയാൽ അവർ മനുഷ്യനിൽ പലതരം മാറ്റങ്ങൾ കൊണ്ടുവന്ന് ഈ കുലം മുടിക്കും.യന്ത്രങ്ങൾ ജീവിതത്തിന്റ വഴികാട്ടിയും കൂടിയാണ് ഓരോ മനുഷ്യനും അറിയുവാനുള്ള ആഗ്രഹം വ്യത്യസ്തമാണ്. അവനിലെ അറിയുവാനുള്ള താൽപര്യത്തെ സംതൃപ്തിപെടുത്താൻ ഇന്റെർനെറ്റിന് കഴിയുന്നു.പുതിയ കണ്ടുപിടുത്തങ്ങൾക്ക് വഴികാട്ടാനും.മനുഷ്യന്റെ കഴിവിനും അപ്പുറം എല്ലാം യന്ത്രങ്ങളാണ്.ഈ ഭൂമിയിൽ

നിലനിക്കുന്നവയെ കണ്ടുപിടിച്ച് അവയെ ജീവിതനിലവാരം ഉയർത്താൻ ശ്രമിക്കുന്നത് മനുഷ്യ ബുദ്ധികൊണ്ടാണ്. മനുഷ്യനെ നിയന്ത്രിക്കുന്നത് അവനിലെ അറിവാണ്. മനുഷ്യൻ അറിഞ്ഞിരിക്കുന്നതിന്റെ എല്ലാം ഒരു എഫക്ട് ആണ് മനസ് എന്നത്.നമ്മൾ തീരുമാനങ്ങൾ എടുക്കുന്നത് ബ്രെയിൻ അഥവാമനസിലാകുമ്പോളാണ്.ബ്രെയിന്റെ ഒരു എഫക്ട് ആണ് ബുദ്ധി.ഈ ബുദ്ധി ചിന്തകളിലൂടെ നമുക്ക് വഴികാട്ടുന്നു.ഈ ബുദ്ധിയെ ആണ് ഇന്റർനെറ്റ് എഫക്ട് ചെയ്യുന്നത്.ഒരു മനുഷ്യൻ നല്ലവനണോ ചീത്തയാണോ എന്ന് വീട്ടിലുള്ളവരെകൾ നന്നായി ഇന്ന് എ .ഐ ക്ക് അറിയാം.മനുഷ്യൻ എന്ത്ത തിരയുന്നു എന്നമനയിലാക്കി, നമ്മുടെ ഓരോ മണിക്കൂറും പഠിച്ച് നമ്മുടെ ഇഷ്ടങ്ങൾ മനസിലാക്കി നമ്മളിൽ അവ എത്തിക്കുന്നു.നമ്മൾ തിരയുന്നതും ,കാണന്നതും,കേൾക്കുന്നതും,എല്ലാം സമയം എടുത്ത് അനലായ്സ് ചെയ്താൽ ഒരു മനുഷ്യന്റെ മൈൻഡ് സെറ്റ് മനസിലാക്കുവാൻ എ .ഐ കെെ നിസാരമായിക്കഴിയും.

കെമിക്കൽ മിക്സിങ്ങ്

പലതരത്തിലുള്ള കെമിക്കൽസ് കൊണ്ടാണ് ലോകത്തുള്ള എല്ലാം നിർമിച്ചിരിക്കുന്നത്.ഞാൻ എന്ന നമ്മൾ പറയുന്ന ശരീരം നിർമിച്ചിരിക്കുന്നത് പലതരത്തിലുള്ള കെമിക്കൽ കൊണ്ടാണ്.നമ്മുടെ ആധുനിക യുഗം കെമിക്കൽസിനെ പലതായി തരം തിരിച്ച് പീരിയോഡിക് ടേബിളിൽ

വിവരിക്കുന്നു. ഈ പീരിയോഡിക് ടേബിളിലെ മൂലകങ്ങളാണ് നമ്മൾ എന്നുപറഞ്ഞാൽ എത്ര പേർക്ക് അതു മനസിലാകും. ഈ ലോകത്ത് ഇന്നുനമ്മൾ കണ്ടുപിടിച്ചു എന്നുപറയുന്ന എല്ലാം ഈ ലോകത്ത് ഉണ്ടായിരുന്നവയാണ്. അവയിലെ കെമിക്കലിൽ വരുന്ന മാറ്റം അതിനെ പലവസ്തുക്കളായിമാറ്റുന്നു. ഈ പലതരത്തില്ലുള്ള കെമിക്കലുകൾ കൂടിച്ചേരുമ്പോൾ അവയുടെ ഫലമായി ഉണ്ടാകുന്ന ഒരു എനർജി ആ വസ്തുവിനെ അതിന്റെ പൂർണതയിൽ എത്തിക്കുന്നു ഇങ്ങനെയാണ് ഈ ലോകത്ത് ജീവജാലങ്ങളുടെ ഉടക്കം. നമ്മുടെ കണ്ണുകൊണ്ട് കാണാൻ കഴിയുന്നതിനും ഒരു പരുത്തിയുണ്ട് കാരണം ഓക്സിജൻ എന്നത് കണ്ണുകൊണ്ട് കാണുവാൻ കഴിയുകയില്ല അവ ഹൈഡ്രജന്റെ കൂടെ ചേരുമ്പോൾ വെള്ളമായി കാണുന്നു. അതുപോലെ നമ്മുടെ എല്ലാ സയൻസിന്റെയും ഉടക്കം നമ്മുടെ ചിന്തകളിലേക്കാൾ അപ്പുറമാണ്. കെമിക്കൽ എന്നത് പലതരത്തിൽ പലഗുണങ്ങളോട് കൂടിയവയാണ്. എല്ലാ കെമിക്കലും ഒന്നുചേരാതെ തനിയെ നിന്നിരുന്നേൽ ഇന്ന് ഈ ലോകത്ത് നമ്മൾ കാണുന്ന ഒന്നിനും വ്യക്തത ഇല്ലാതെ വന്നേനെ.

"

ശിവതനിമ ഏറ്റവും ചെറിയ   അണുവിലും
നിലകൊള്ളുന്നു. എല്ലാം നിറഞ്ഞു   നില്ക്കുന്ന ഈ
പ്രപഞ്ചത്തിലും ഒരുപോലെ നിലകൊള്ളുന്നു. മനുഷ്യന്
മനസിലാക്കുവാൻ കഴിയാത്തവണ്ണം നൂട്രലായി അറ്റത്തിലും
നിലകൊള്ളുന്നു..,"

"

ശിവത്തെ ഉണർന്നവർ ഈ പ്രവഞ്ചത്തെ അടയുന്ന കാരണം ശിവതനിമ എല്ലാത്തിലും നിറഞ്ഞു നിൽക്കുന്നു.ചിന്തകൾ ഇല്ലാത്ത അവസ്ഥയിൽ മനുഷ്യനും ശിവത്തെ ഉണരുന്നു.ഈ പ്രപഞ്ചത്തിന്റെ സന്തുലനമാണ് ശിവതനിമ."

"

നിഹലമായ ശിവതനിമയിൽ ആദ്യമുണ്ടായ ആരംഭമാണ്
ദേവിയെന്നു പറയുന്നത്.ദേവിയും ശിവൻതനിമയിൽ
അടങ്ങുന്നു.എന്നാൽ വിത്യസ്ത ഗുണങ്ങളിൽ നിലകൊള്ളുകയും
ശിവൻ ,വിഷ്ണു ,ബ്രെഹമ എന്നിവരെ സൃഷ്ടിക്കായി
നിർമിച്ചതും ദേവിയാണ് "

"

എല്ലാ സൃഷ്ടിക്കും മുൻബ് ദേവി ശിവതനിമയിൽ
ഉണ്ടായപ്പോൾ അവിടെ ആരംഭിച്ചത് സമ്മേളനമാണ് കാരണം
എല്ലാവിധത്തിലും വേർപെട്ടുനിൽക്കുന്ന ഒന്ന് വീണ്ടും
പിരിയാത്തപോലെ ഓണയിനിൽക്കുന്നു.അവയാണ്
ശിവശക്തി സംഗമം എല്ലാ ആരംഭത്തിന്റെയും അടിസ്ഥാന
ഊർജം ഇവയാണ്   "

ഈ പ്രപഞ്ചത്തിൽ 68%ഡാർക്ക്
എനർജിയും,27%ഡാർക്ക് മാറ്ററും ,5%മറ്റാരും ആണ്
എന്ന് ശാസ്ത്രം പഠനത്തില്ലൂടെ വിവരിക്കുന്നു എന്നാൽ
എങ്ങനെ ഇവ ഉണ്ടായി എന്നുള്ള പഠനം ആരംഭത്തിൽ
തന്നെ നിൽക്കുകയാണ് എന്നാൽ ഹിന്ദു സംസ്ക്കാരം ഇതും
വിവരിക്കുന്നു.
 ശിവതനിമയെ ഡാർക്ക് എനർജിയായും ,ഡാർക്ക് മാറ്റർ
ശിവശക്തി സംഗമമമാണ്,എന്നാൽ മാറ്റർ എന്നതിൽ
വരുമ്പോൾ ശിവനില്നിന്നും ഒരുശക്തിക്കുടെ ഉണ്ടാകുകയും
വിഷ്ണുവായി ഹിന്ദുസംസ്ക്കാരം ആരാധിക്കുകയും ചെയ്തിരുന്നു.ഈ
മൂന്നുഗുണങ്ങളാണ് എല്ലാ സൃഷ്ടിയുടെയും അടിസ്ഥാന ഘടകം
ആറ്റം എന്നാ ഒറ്റ വാക്കിൽ ഈ മൂന്നുഗുണങ്ങളെ വിവരിക്കുന്നു.
"

"

മനസ് സാന്തമായിട്ടുള്ളവർ ദൈവത്തെ പ്രാർത്ഥിച്ചിലേല്യും കഴപ്പമില്ല കാരണം മനസിനെ ശാന്തമാക്കി നമ്മളിലെ ദൈവചൈതന്യം ഉണർത്തുവാനാണ് പ്രാർത്ഥന.എന്നാൽ ശാന്തമായിട്ടുള്ള മനസ്സുള്ളവർ അവർ അറിയാതെ ഈ പ്രപഞ്ച നിയമത്തെ ലയിച്ച ജീവിക്കുന്നു.നമ്മുടെ മനസ് ചിന്തകളിൽ കുടങ്ങിയാൽ ദൈവഭയം നമ്മുടെ ചിന്തകളെ അകറ്റി മനസിന് ആശ്വാസം നൽകും. "

ട്രാക്സീനോ ദ റിയൽ ഹീറോ

ഈ കഥ ആരംഭിക്കുന്നത് ഭ്രമിയിൽ അല്ല എന്നാൽ വന്നനിൽക്കുന്നത് ഭ്രമിയിൽ ആണ്.റോസീയ എന്ന പ്ലാനറ്റ് ഈ പ്രവഞ്ചത്തിലെ ഏറ്റവും വലുപ്പമുള്ളതും ഏറ്റവും സുന്ദരവും ആയിരുന്നു.അവിടെ ജീവിച്ചിരുന്നവരുടെ ദൈവവും ,ഇരുവും ഇപ്പോൾ അവിടത്തെ രാജാവും ആണ് ട്രാക്സീനോ.എന്നാൽ റോസിയോ എന്ന പ്ലാനെറ്റിൽ വിധികൾക്കും ,പ്രേരണക്കം ഉള്ള പ്രാധാന്യം മനസിലാക്കിയ അറിവുള്ള പൂർവികർ റോസിയോ ഗ്രഹം ഭരിക്കാൻ പോകുന്ന ട്രാക്സേനയെ വർഷങ്ങൾക്കുമുമ്പേ പ്രവചിച്ചിരുന്നു.എന്നാൽ ഇന്ന് അതറിയാവുന്നവർ കുറവാണ്.ട്രാക്സീനോ എങ്ങനെയാണ് ഈ പ്രവചനങ്ങളിലെപോലെ റോസീനോ പ്ലാനെറ്റിലെ ദൈവമാക്കാൻ പോകുന്നത്.ഞാൻ ട്രാക്സീനോ എന്നിൽ വന്നിരിക്കുന്ന ഈ പദവി ഞാൻ നല്ലതിനായി ഉപയോഗിക്കും എന്നിലെ ശ്വാസം നിലക്കുന്നളുവരെ ധർമത്തെ മുറുകെ പിടിക്കും എന്നും എല്ലാം അയ നമ്മുടെ ദൈവത്തിൻ മുൻപ് ആണയിട്ടന്നു.ഞാൻ ഇപ്പോൾ ഒരു രാജാവ് ആണ് എനിക്ക് ഈ ഗ്രഹം അനുഭവിക്കുന്ന എല്ലാ പ്രിശ്നങ്ങളും മനസിലാക്കണം.ട്രാക്സീനോയുടെ ചിന്തകൾ കാലങ്ങളിൽ അലയടിച്ചു.ട്രാക്സീനോ തന്റെ ഗ്രഹംത്തെ പ്രിശ്നങ്ങൾ മനസിലാക്കി.ട്രാക്സീനോ എല്ലാ അധികാരികളെയും വിളിച്ചവരുത്തി നമ്മുടെ ഗ്രഹം മൊത്തത്തിൽ എല്ലാ ഇടങ്ങളിലും പ്രിശ്നങ്ങളാണ് ഈ പ്രിശ്നങ്ങളെ മറ്റാൻ നോക്കിയാൽ ഒന്നിനും ഒരു അവസാനം ഉണ്ടാകാൻ പോകുന്നില്ല.അതുകൊണ്ട് ട്രാക്സീനോ എന്നാ

ഞാൻ ഈ ഗ്രഹത്തെ കാലചക്രത്തിൽ മാറ്റം വരാതെ നിയമങ്ങളില്ലൂടെ ഗ്രഹത്തെ പുതിയതായി മാറ്റാൻ പോകുകയാണ്.ഇന്നുമുതൽ ഈ നിയമങ്ങൾ ഗ്രഹം എമ്പാട്ടും ബാധകമാണ്.എന്താണ് നിയമം എന്നറിയാൻ എല്ലാവരും കാതോർത്തിരുന്നു എന്നാൽ ടാക്സീനോ അതവിടെ പറഞ്ഞില്ല. ഗ്രഹം മുഴുവനും ഭയത്തോടെ അന്ന ഉറങ്ങിയില്ല എന്നാൽ ടാക്സീനോ പറയുന്നത് എന്താണോ അത് ഗ്രഹം അനുസരിക്കണം.ടാക്സീനോ മനസിലാക്കിയ പ്രിശ്നങ്ങൾക്കുള്ള പരിഹാരം അറിയുവാൻ ഗ്രഹം മുഴുവനും ആവലാതിയോടെ കാത്തിരുന്നു.എല്ലാവരും അതറിയുവാൻ ടാക്സേനയുടെ അടുത്തേക്ക് ഓടിവന്നു.എല്ലാവരും പ്രതീക്ഷിക്കാത്ത കാര്യമാണ് അദ്ദേഹം അന്ന് പറഞ്ഞത്.നമ്മുടെ ഗ്രഹം സ്ത്രീകളെ എന്നും ബഹുമാനിച്ചാട്ടെ ഒള്ള അതുകൊണ്ട് എന്റെ ഇടക്കവും സ്ത്രീകളില്ലൂടെആണ്.ഒരു കുട്ടിയുണ്ടാകുന്നത്,അതിനെ വളർത്തുന്നത് അവനിൽ അറിവുകൊട്ടുക്കുന്നതെല്ലാം സ്ത്രീ കളില്ലൂടെ ആണ് അതുകൊണ്ട് സ്ത്രീ നന്നായാൽ മുഴുവനും നന്നാവും.സ്ത്രീ എന്നത് ഈ പ്രവഞ്ചത്തിൽ ഉള്ള എല്ലാത്തിന്റെയും ഒരു സ്വരൂപ ഗുണമാണ്.
സ്ത്രീ ഗുണങ്ങൾ കൂടിയാൽ സ്ത്രീ അവളുടെ ഗുണത്തെൽ പൂർണതയടങ്ഞാൽ വരൻ പോകുന്ന തലമുറകൾ സ്നേഹത്താലും ,കാര്യക്ഷമതയിലും വളർച്ചാവരുമെന്ന് ടാക്സീനോ മനസിലാക്കി.

1.ഇന്നുമുതൽ പ്രിസവം കഴിഞ്ഞവർ അടുത്ത അഞ്ചുവർഷം ജോലിക്ക് പോകുവാൻ പാട്ടുള്ളതല്ല .എല്ലാ സ്ത്രീകൾക്കും ആകുമ്പാടി രാജ്യം വേതനം നൽകും.
2.എല്ലാ കുട്ടികൾക്കും മുലപ്പാൽ നിർബന്ധമായും നൽകണം
3.സ്ത്രീ ഗുണം വർധിക്കുവാൻ നാല്യ വയസുമുതൽ എല്ലാ സ്ത്രീകളും നിർത്തം പഠിക്കണം.

4 എല്ലാ സ്ത്രീകൾക്കും മാതൃത്വത്തിന്റെ മഹത്വം മനസിലാക്കുന്ന അറിവുകൾ കല്യാണത്തിന മുൻപ് നൽകണം.

5.ഉണ്ടാകുന്ന കുട്ടിയിൽ നാളേക്കുള്ള ഭാവിവളർത്തുവാൻ രസകരമായ എല്ലാ കലകളും സ്ത്രീകൾ പഠിക്കണം .

6.പുരുഷൻ എന്നത് തന്റെ ഗുണങ്ങളുടെ പൂർണമായ സ്വരൂപമാണെന്ന് മനസിലാക്കി ചെറുതിലെ മുതൽ സ്ത്രീകളെ ബഹുമാനിക്കാനും , അവരെ സംരക്ഷിക്കുവാനും പഠിപ്പിക്കണം

7.എല്ലാം സ്ത്രീയിൽ നിന്നും ആരംഭിക്കുന്നത് കൊണ്ട് സ്ത്രീക് പുരുഷനെപ്പോലെ ആകുവാൻ ശ്രമിച്ചാൽ മനസുകൊണ്ട് പുരുഷനാകുവാൻ കഴിയും എന്നാൽ നല്ല സ്ത്രീ എന്നത് ലോകത്തിലെ ഏറ്റവും വലിയ പദവിയാണുള്ള അറിവ് സ്ത്രീകളിൽ ചെറുതിലെ മുതൽ നൽകി അവളിലെ നല്ല കാമുകിയും , നല്ല സഹോദരിയും,

നല്ല ഭാര്യയും , നല്ല അമ്മയും ആയി വളർത്തുവാൻ അവളില തന്നെ മാറ്റങ്ങൾ വരുത്താൻ ശ

Part. 2.നിയമങ്ങൾ ശക്തമാകാൻ ആരംഭിച്ചപ്പോൾ നാടാകെ ആടിയുലഞ്ഞു എന്നാൽ വരൻ പോകുന്ന ഭവിഷ്യത്തുകളെ ട്രാക്സീനോ മൻകൂട്ടി മനസിലാക്കിയിരുന്നു.കുടുംബങ്ങളിലെ പ്രിശ്ണങ്ങൾ കൂട്ടുകയും അതിന ശേഷം എല്ലാം നല്ലതിലേക്കുവരുകയും ചെയ്തു.എല്ലാ സ്ത്രീകളിലും മാതൃത്വം എന്നാ പദവി ദൈവതുല്യമാണെന്ന് മനസിലാക്കി സ്ത്രീകൾ ട്രാക്സീനോയെ വിശ്വസിച്ച് തുടങ്ങി.ഗ്രഹമാകെ എല്ലാവരും ഒരുകുടുംബമാണെന്നു മനസിലാക്കി .തന്റെ ആദ്യ ശ്രമം വിജയിച്ച ട്രാക്സീനോ തന്റെ വിശ്വസമായ ദൈവത്തിന് നന്ദിസൂചകമായി ഒരു പ്രാർത്ഥനാലയം നിർമിക്കുവാൻ തീരുമാനിച്ചു.എല്ലാ ജനങ്ങളും ഒന്നായി താമസിക്കുമ്പോൾ എല്ലാവരിലും അഭിപ്രായം ആരാഞ്ഞു.എന്നാൽ ട്രാക്സീനോ നിരാശനാകുന്ന രീതിയിൽ ആയിരുന്ന അവരുടെ അഭിപ്രായം.പ്രർത്ഥന കൊണ്ട് ഒന്നും നേടാൻ ആകുലനും ,സ്വന്തം പരിശ്രമിച്ചാൽ മാത്രമാണ് സ്വയം ഉയർച്ച ഉണ്ടാകുകയുള്ള എന്നും ജനങ്ങൾ ആവർത്തിച്ച്

പറഞ്ഞു.താൻ ചെയ്യുന്നത് ജനനന്മയാകണം അതുകൊണ്ട് പൂർവികർ നമുക്കതന്നെ എല്ലാഗ്രൻഥങ്ങളിലും ദൈവം എന്നതിനുള്ള പ്രാധാന്യം മനസിലാക്കി വെക്തമായി അവതരിപ്പിക്കാൻ ട്രാക്സീനോ അറിവുള്ള വിസ്വാസികളെ നിയമിച്ചു.പലരും കണ്ടുപിടിച്ചത് മനസിലാക്കിയ അറിവുകളിലൊന്നും ട്രാക്സീനോ എന്നാ രാജാവിനെ സംതൃപ്തമാക്കാൻ കഴിഞ്ഞിരുന്നില്ല.ടാക്സിനോ നിരാശയിൽ ചിന്തകളിൽ അലഞ്ഞു.തന്റെ പിതാവും ,പൂർവികരായ എല്ലാവരും ഒരുപോലെ വിശ്വസിച്ചിരുന്ന ദൈവമായിരുന്ന ഡാർക്ക് എനർജി.ഈ ഡാർക്ക് എനർജി ആണ് ഗ്രഹത്തെയും എല്ലാം ആകുന്ന പ്രവഞ്ചത്തെയും നിർമിച്ചിരിക്കുന്നത്.ഡാർക്ക് എനർജി എന്നത് നാമം കൂടി ആണ്.എന്നാൽ നാം ജീവിക്കുന്ന റോസിയോ ഗ്രഹത്തെയും കാണാൻ പറ്റുന്ന എല്ലാത്തിനെയും ഡാർക്ക് എനർജി കൊണ്ട് ഉണ്ടായ ഡാർക്ക് മാറ്റർ കൊണ്ടാണ് ഈ ഡാർക്ക് മാറ്റർ റോസിയോ ഗ്രഹം തന്റെ അമ്മയായികാണുകയും ,ഡാർക്ക് എനർജി പിതാവായും വിസ്വാസിച്ചിരുന്നത്.ഡാർക്ക് മാറ്റരിൽ ഡാർക്ക് എനർജി വേർതിരിക്കാൻ പറ്റാത്തവണ്ണം ഒന്നായി നിലനിന്നിരുന്നു.ഈ ഡാർക്ക് മാറ്റർ ഡാർക്ക് എനർജിയിൽനിന്നും പുറത്തേക് വ്യാപിക്കാൻ തുടങ്ങിയപ്പോൾ അവയിൽ പലമാറ്റങ്ങൾ വരുകയും ഡാർക്ക് മാറ്റർ വേറെ രൂപത്തിൽ മാറ്റർ ആകുകയും ,ഡാർക്ക് എനർജി മാറ്റമില്ലാതെയും എന്നാൽ ഈ ഡാർക്ക് എനർജിയിൽ നിന്നും ഒരു എനർജി ഉണ്ടായി.ആ എനർജിയാണ് എല്ലാത്തിനെയും സമയത്തിലൂടെ നിർമിച്ചിരിക്കുന്നത്.എല്ലാ ജീവനുള്ളതിലും ഈ എനർജി നിലനിൽക്കുകയും. എനർജി നിലനിൽക്കുന്ന മാറ്ററിനെ വളർത്തി ശരീരമാക്കിമാറ്റുന്നു. നമ്മുടെ പൂർവികർ തന്ന അറിവുകൾ സത്യവും ,യാഥാർത്ഥവും ആണ് എന്ന് ട്രാക്സീനോ മനസിലാക്കി.എല്ലാ ദൈവങ്ങളും ഒന്നായ രൂപമാണ് നാം എല്ലാം എന്നറിഞ്ഞ ട്രാക്സീനോ പിനെ

എങ്ങനെയാണ് ഈ അറിവുകൾ ഗ്രഹത്തിലുള്ളവരിൽ നിന്നും നഷ്ടമായതെന്ന് അന്വേഷണം തുടങ്ങി .തന്റെ പിതാവ് ഒരു വിസ്വാസിയായിരുന്നു എന്നാൽ ഭരണം എന്നതിൽ ഉറച്ചുനിൽക്കുവാൻ അതാരെയും അറിയിച്ചിരുന്നില്ല.രാജാവ് എന്നത് ദൈവയുല്ല്യമാണെന്ന് ജനങ്ങളിൽ അടിച്ചേല്പിക്കുകയും ജനങ്ങൾ വിശ്വാസങ്ങളെ വേണ്ടന്നുവെച്ച് രാജാവിന്റെ മുന്നിൽ അഭിനയിക്കുവാനും തുടങ്ങി.പതിയെ ഗ്രഹത്തിൽ നിന്നും ആരാധനയും ഭക്തിയും ഇല്ലാതെ ആയിത്തുടങ്ങി.പിതാവിന്റെ ഭരണത്തിൽ ഗ്രഹം സമ്പന്നമായിരുന്നു.എന്നാൽ ആത്മാർത്ഥതയും,ബന്ധങ്ങളും പതിയെ നശിച്ച് തുടങ്ങിയതും ട്രാക്സീനോ അനുഭവത്തിലൂടെ മനസിലാക്കിയിരുന്നു.ആരാധനാലയങ്ങൾ അത്യാവശ്യമാണെന്നും എല്ലാം സന്തുലിതത്തിൽ ആക്കണമെങ്കിൽ നിർബന്ധമായും ഉടനെ അതിനുള്ള കാര്യങ്ങൾ ആരംഭിക്കണം എന്നും ട്രാക്സീനോ തീരുമാനിച്ചു.ഉടനെ ഗ്രഹത്തിൽ എത്തണമെന്ന് തിരുമാനിച്ച എന്നാൽ അന്ന് അവിടെ ഡാർക്ക് എനർജിയുടെ ആരാധനാലയത്തിൽ ആഘോഷമായിരുന്നു.ട്രാക്സീനോ ആരാധനാലയത്തിൽ എത്തി എല്ലാത്തിനും അനുവാദം മേടിക്കുവാൻ പിതാവിന് തുല്യമായ ഡാർക്ക് എനർജിക്കുമുന്നിൽ കണ്ണടച്ച് നിന്നു പെട്ടന്നൊരു ചിന്ത ട്രാക്സീനോയെ അകെ വിഷമിപ്പിച്ചു.എല്ലാവരും മനോനിലയിൽ വ്യത്യസ്തരാണ് ഇവരിൽ എത്രപേർക്ക് ഞാൻ പറയാൻ പോകുന്ന കാര്യം മനസിലാക്കുവാൻ സാധിക്കും.ഞാൻ പറയുന്നതിന്റെ അർഥം പൂർണമായി മനസിലാക്കിയാൽ മാത്രമാണ് അവർക്ക് അതിനുള്ള ഗുണം ലഭിക്കുകയുള്ളൂ.ട്രാക്സീനോ വീണ്ടും ചിന്തിച്ചു മൂന്ന് ദൈവങ്ങൾ കൊണ്ടുണ്ടായ ശരീരം അധിനുള്ളിൽ പലകാര്യങ്ങളും വെക്തമായിചെയ്യുന്ന ദൈവ തനിമ.ഈ തനിമയെ മറ്റുള്ളവർക്ക് കാണിച്ചുകൊടുക്കാൻ ആവ്യകയില്ല എന്നാൽ എല്ലാവർക്കും മനസിലാകും രീതിയിൽ

അവതരിപ്പിക്കണം ട്രാക്സീനോ ചിന്തകളിലൂടെ തിരിച്ച് രാജ്യത്തെത്തി. കുറെ ദിവസങ്ങൾ കിടന്നപോയി ട്രാക്സീനോ എല്ലാവർക്കും ഒരു അറിയിപ്പുകൊടുത്തു എല്ലാവരും ഇനിയുള്ള കുറച്ചനാളുകൾ പരിശീലനത്തിനായി തയ്യാറാകണം എന്ന്. എന്നാൽ രാജ്യം എമ്പാട്ടും സ്വാർത്ഥതയിൽ മുങ്ങിക്കഴിഞ്ഞിരുന്നു. ട്രാക്സീനോ പറയാൻ പോകുന്ന കാര്യങ്ങൾ എന്താണ് എന്ന് മനസിലാകാതെ എല്ലാവരും ആകമാനം വിഷമത്തിലായി. നല്ലതിന് പകരം അദ്ദേഹം ചെയ്യുന്നതിൽ തെറ്റുണ്ടെങ്കിൽ അതും അനുസരിക്കാതെവയ്യ. റോസെയോയിൽ ട്രാക്സീനോ ഭരണത്തിൽ വന്നപോലെ മുതൽ രാജ്യത്തിലെ റോസിയോയിൽ ട്രാക്സീനോ ഭരണത്തിൽ വന്നപോലെ മുതൽ നിയമങ്ങൾ വളരെ ശക്തമാണ്. നല്ലവനാണ് എന്നാൽ തെറ്റുള്ളടത് അറന്നുപോല്യം നോക്കാതെ നിയമം നടപ്പിലാക്കിയിരുന്നു. എല്ലാവരും പരിശീലിക്കണം എന്നുപറഞ്ഞു എന്നാൽ എന്താണെന്നുമാത്രം ആർക്കും മനസിലായില്ല. ശരീരം എന്നത് ദൈവഗുണത്താൽ നിർമിക്കപ്പെട്ടവയാണ് അതിനുള്ളിൽ ഓരോ കഥകൾ സൃഷ്ടിച്ച് ജീവിക്കുകയാണ് എല്ലാവരും. മനസ് എന്നത് നേടുന്ന അറിവുകളുടെ അകെ ഇകയാണ്. നമ്മൾ നേടുന്നതെല്ലാം നമ്മളെ നയിക്കുന്നു.

www.ingramcontent.com/pod-product-compliance
Lightning Source LLC
Chambersburg PA
CBHW070916160726
48004CB00003B/1387